करा गम्मत जम्मत
अनुभवत विज्ञानाची करामत

खेळणी विज्ञानाची

डी. एस. इटोकर

मेहता पब्लिशिंग हाऊस

Please contact us at **Mehta Publishing House,** Pune 411030.
✆ +91 020-24476924 / 24460313 / Mob. No. 9545000513
Email : production@mehtapublishinghouse.com
Website : www.mehtapublishinghouse.com

- *या पुस्तकातील लेखकाची मते, घटना, वर्णने ही त्या लेखकाची असून त्याच्याशी प्रकाशक सहमत असतीलच असे नाही.*

KHELANI VIDNYANACHI by D. S. ITOKAR

खेळणी विज्ञानाची : डी. एस. इटोकर / वैज्ञानिक

Email : author@mehtapublishinghouse.com

प्रकाशक : सुनील अनिल मेहता, मेहता पब्लिशिंग हाऊस,
१९४१, सदाशिव पेठ, माडीवाले कॉलनी, पुणे – ४११०३०.

मुद्रक : ट्रिनिटी ॲकॅडमी फॉर कॉर्पोरेट ट्रेनिंग लिमिटेड

अक्षरजुळणी : स्पिरिट इन्फोटेक, पुणे – ४११०४६.

प्रकाशनकाल : ऑक्टोबर, २००९ / जानेवारी, २०११ / फेब्रुवारी, २०१३ / सप्टेंबर, २०१५ / पुनर्मुद्रण : ऑक्टोबर, २०२१

मुखपृष्ठ : चंद्रमोहन कुलकर्णी

किंमत : ₹ १२०

P Book ISBN 9788184980516
E Book ISBN 9788184988697
E Books available on : amazonkindle Apple Books Google Play Books

---

प्रयोग करून संपल्यावर मी केलेला पसारा
आवरून ठेवणाऱ्या माझ्या पत्नीस....

– देविदास

दोन शब्द

विज्ञान विषय म्हटला की, सूत्रे, व्याख्या आणि सिद्धान्त यांनी भरलेला एक किचकट विषय अशी धारणा झालेली आहे. त्यामुळे हा विषय अवघड आहे, या भावनेने अनेक मुले या विषयाचा कंटाळा करतात. त्यामुळे या विषयाकडे दुर्लक्ष होऊन तो आणखी अवघड वाटायला लागतो.

लहानपणापासून काही गोष्टी हाताळण्यास मिळाल्या, काही गोष्टी स्वत: करण्यास मिळाल्या व त्यात यश मिळाले, तर मुलांचा आत्मविश्वास वाढू लागतो. त्यातूनच ती अधिक गोष्टी साध्य करण्याचा प्रयत्न करतात. एखादे वेळी जरी अपयश पदरी पडले, तरी नाऊमेद न होता, पुन्हा ती गोष्ट करण्याचा प्रयत्न करतात. आपल्या ज्ञानात भर टाकत जातात.

अगदी हसत-खेळत व ताण-तणाव बाजूला ठेवून, विज्ञानाचे शिक्षण व सिद्धान्त मुलांना माहीत करून देण्याच्या उद्देशाने या पुस्तकाची रचना केली आहे. खेळ खेळणे मुलांना आवडते. अशीच विज्ञानविषयक खेळणी स्वत: तयार करून त्यांच्याबरोबर खेळणे व आपल्या मित्रांना दाखवणे, ह्यात त्यांना वेगळाच आनंद मिळतो. हा आनंद त्यांना मिळवून देऊन त्यांच्या विज्ञानविषयक ज्ञानात भर टाकणे व त्यांच्या मनात विज्ञानाची अभिरुची वाढवणे, याच हेतूने हे पुस्तक लिहिले आहे.

आपणा सर्वांना ते आवडेल, अशी खात्री आहे.

– डी. एस. इटोकर

अनुक्रमणिका

पाणी

१) पाण्यातील जेलीफिश / २

२) पाण्यावर पळणारी बोट / ४

३) जलदाब यंत्र / ६

४) पाण्यात तरंगणारा मासा / ८

५) वासुदेव पेला / १०

६) सुरक्षित सायफन / १२

७) पाण्यातील बाहुली / १४

८) मोठे होणारे बुडबुडे / १६

९) पाणतराजू / १८

१०) पाण्यावर चालणारे कीटक / २०

११) द्रवाचा दाब / २२

१२) पाण्याचा गोल फवारा / २४

१३) सीरिंजचा ब्रेक / २६

हवा

१४) उडणारी तोफ / २८

१५) हेलिकॉप्टर / ३०

१६) गरम हवा हलकी असते / ३२

१७) शिशीत पडणारे केळे / ३४

१८) हवेतील ओलावा-दर्शक / ३६
१९) गमतीदार विदूषक / ३८
२०) बरणीतील कारंजे / ४०
२१) सौर ऊर्जेवर फिरणारी भिंगरी / ४२

ध्वनी

२२) नळ्यांचे झुंबर / ४४
२३) ध्वनीपेटी / ४६
२४) एक वेगळे वाद्य / ४८
२५) ध्वनीचा प्रवास / ५०

प्रकाश

२६) एकाच देव्हाऱ्यात दोन देव / ५२
२७) रॉकेलचा टॉर्च / ५४
२८) पिंजऱ्यातील पोपट / ५६
२९) चंद्राच्या कला कशा दिसतात? / ५८
३०) दृष्टिसातत्य / ६०

चुंबकत्व

३१) खेळणाऱ्या बाहुल्या / ६२
३२) लोखंड जमा करणारी गाडी / ६४
३३) चुंबकीय क्षेत्राचा नकाशा / ६६

३४) दूर पळणारी गाडी / ६८

३५) डोलणारे कार्टून /७०

विद्युत

३६) घिरट्या घालणारी मधमाशी / ७२

३७) पाहा जमते का? / ७५

३८) फॅरेडेचा प्रयोग / ७८

३९) उड्या मारणारा फुगा / ८०

४०) विद्युत प्रतिमा / ८२

४१) उड्या मारणारे बेडूक / ८४

४२) साधी विद्युत्-चुंबकीय मोटार / ८६

४३) चालू-बंद होणारा दिवा / ८८

४४) जिन्याचे वायरिंग / ९०

४५) उड्या मारणारी स्प्रिंग / ९२

४६) उड्या मारणारे मणी / ९४

४७) पळणारी गाडी / ९६

इतर

४८) सूर्यफुलातून बिया काढणारे यंत्र / ९८

४९) दूर पळणारे मणी / १००

५०) वनस्पती प्रकाशाकडे वळतात / १०२

बालमित्रांनो !

माझ्या बालपणी खेळण्याचे चाक खिळा ठोकून बसवणे, खेळण्याच्या गाडीला दोरी बांधून ओढणे, कागदाची नाव करून पाण्यावर सोडणे, कागदाची भिंगरी करून हवेत धरणे, पतंग उडवणे हे खेळ मी खेळत असे. त्या वेळी 'विज्ञान' ह्या शब्दाचा अर्थसुद्धा माहीत नव्हता. गंमत वाटते म्हणून खेळ खेळायचा, एवढेच माहीत होते.

पुढे शाळा शिकत असताना माझ्या लक्षात आले की, मी बालपणी जे खेळ खेळलो ते सर्व विज्ञानाच्या कोणत्या ना कोणत्या तत्त्वावर आधारलेले आहेत. म्हणजे मी विज्ञान खेळलो आणि विज्ञान इतके सोपे असते, ह्याचे ज्ञान त्यामुळे मला झाले.

अशा प्रकारे प्रत्येक खेळण्यात घडणाऱ्या क्रियेत, यंत्रात विज्ञानाचे कोणते तत्त्व वापरलेले असेल, याची उत्सुकता निर्माण होऊ लागली. त्यातूनच माझी विज्ञानाची अभिरुची वाढली.

हीच गोष्ट तुमच्याबाबतीतही शक्य आहे. जादू किंवा चमत्कार असे काही नसते. एखादी गोष्ट कशी घडली, याचे ज्ञान आपणाला नसते म्हणून तो चमत्कार वाटतो. म्हणून आपली जिज्ञासू प्रवृत्ती वाढवा. प्रत्येक घटनेमागे दडलेले वैज्ञानिक तत्त्व शोधून काढा. शेवटी तुम्हालाच कळेल की, हे असे आहे तर!

त्या वेळचा तुम्हाला होणारा आनंद नेहमीपेक्षा काही वेगळाच असेल.

पाणी

१ पाण्यातील जेलीफिश

पाण्यात अनेक प्रकारचे जीव असतात. उदा. ऑक्टोपस, स्पंज, स्टारफिश, जेलीफिश आणि इतर. त्यांपैकी ह्या खेळण्यात पाण्यात वर-खाली जाणारा जेलीफिश आपण तयार करू.

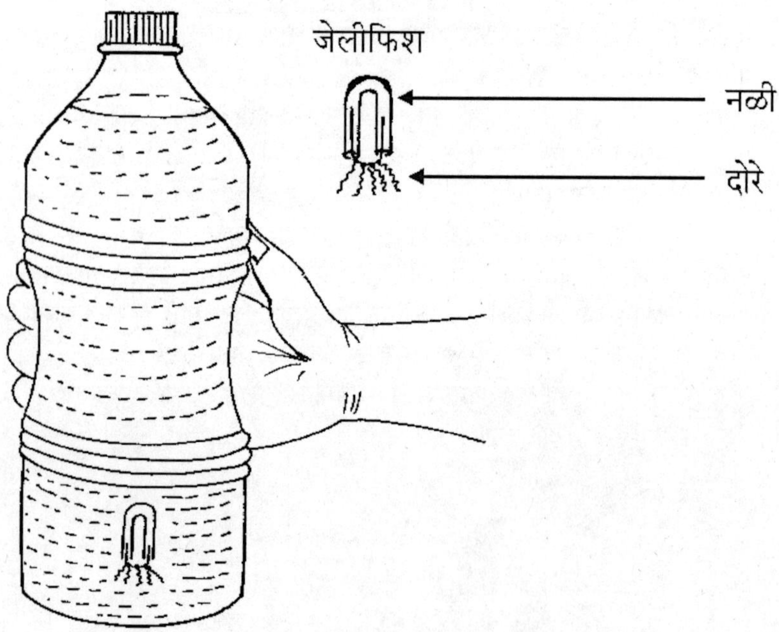

साहित्य :

पाणी ठेवण्याची प्लॅस्टिकची पारदर्शक शिशी, सलाइनची नळी, तार, बारीक रंगीत दोरे.

कृती :

प्रथम आपण जेलीफिश तयार करू. त्यासाठी सलाइनच्या नळीचा ३ से.मी. लांबीचा तुकडा कापून घ्या. ह्या तुकड्याला इंग्रजीमधील 'यू' अक्षराच्या आकाराप्रमाणे वाकवा. मात्र वाकवताना त्याला घडी पडू नये, याची दक्षता घ्या. आवश्यकता वाटल्यास त्यात तार घाला. तारेमुळे 'यू' आकार बदलणार नाही, तो कायम राहील. तार फार जाड नको, कारण तार घातल्यावरसुद्धा नळी पोकळ राहिली पाहिजे.

नळीच्या बाहेर आलेली तारेची टोके एकमेकांना जोडून घ्या व ह्या जोडलेल्या भागावर रंगीत दोऱ्यांचे तुकडे बांधा. दोऱ्यांच्या तुकड्यांची लांबी १ से.मी. असू द्या. सलाइनच्या नळीला बाहेरून लाल ऑइलपेंट लावा व तो चांगला सुकू द्या. आपला जेलीफिश तयार झाला.

पाणी ठेवण्याची प्लॅस्टिकची पारदर्शक शिशी घ्या. तिच्यात मानेपर्यंत स्वच्छ पाणी भरा. शिशीच्या तोंडातून जेलीफिश पाण्यात सोडा. पाण्यात गेल्यावर तो सरळ उभा राहिला पाहिजे. दोरे बांधलेला भाग खाली व नळीचा भाग वर पाहिजे. तसा उभा राहत नसेल, तर दोऱ्याजवळ तार गुंडाळून वजन वाढवा.

शिशीचे बूच घट्ट बसवा. ते घट्ट बसत नसेल तर कॅरीबॅगचा तुकडा घेऊन तो शिशीच्या तोंडावर ठेवा व वरून बूच घट्ट दाबून बसवा.

शिशीच्या मध्यभागी हाताने धरून शिशी थोडी दाबा. पाण्यात तरंगणारा जेलीफिश हळूहळू शिशीच्या तळाकडे जातो. शिशीवरील हाताचा दाब कमी केला की, तो पुन्हा वर येऊ लागतो. अशा प्रकारे कितीही वेळा ही कृती करता येते. शिशीवरील दाब वाढवल्याने शिशीत हवेचा दाब वाढतो. त्यामुळे पाणी रिकाम्या जेलीफिशच्या आत घुसते. वजन वाढल्याने जेलीफिश बुडतो. दाब कमी केल्यावर जेलीफिशमधील पाणी बाहेर पडते व तो हलका होऊन वर येतो.

२ पाण्यावर पळणारी बोट

आजकाल प्लॅस्टिकचा वापर प्रत्येक ठिकाणी होत आहे. दैनंदिन वापराच्या वस्तू, औषधे भरण्यासाठी प्लॅस्टिकच्या शिशांचा वापर होतो आहे. अशा बऱ्याच रिकाम्या शिशा घरात जमा होतात. त्यांचा वापर करून आपण बरीच वैज्ञानिक खेळणी तयार करू शकतो. अशाच खेळण्यांपैकी 'पाण्यावर पळणारी बोट' हे खेळणे आपण तयार करू.

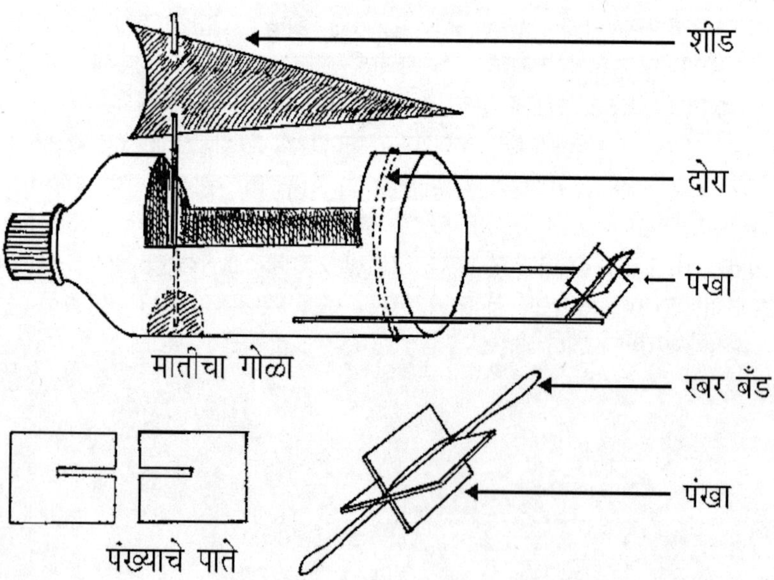

साहित्य :

पॅराशुट खोबरेल तेलाची रिकामी प्लॅस्टिकची शिशी, बांबूच्या दोन बारीक कामट्या, रबरबँड.

कृती :

प्लॅस्टिकच्या रिकाम्या शिशीचे बूच पक्के बसवा. ती आडवी धरून बुडाकडून व तोंडाकडून थोडे थोडे अंतर सोडून सरळ काप मारा. अर्ध्याइतके काप मारल्यानंतर दोन्ही कापाची टोके जोडणारा आडवा काप मारा. दुसऱ्या बाजूने अशाच रितीने काप करा व कापलेला भाग अलग काढून घ्या. बोटीप्रमाणे आकार तयार झाला.

ही बोट पाण्यात कलंडू नये म्हणून तिच्या तळाशी ओल्या मातीचा गोळा ठेवा. त्यामुळे बोट समतोल होईल. आकृतीत दाखवल्याप्रमाणे बोटीच्या मागच्या बाजूले बांबूच्या दोन बारीक कामट्या दोऱ्याने बांधून घ्या. ह्या कामट्यांच्या मागील दोन टोकांत पंखा बसवायचा आहे. बांबूच्या कामट्यांच्या दोन टोकांत जेवढे अंतर आहे त्यापेक्षा निम्म्या लांबीचे प्लॅस्टिकचे दोन चौरसाकृती तुकडे कापून घ्या. प्रत्येक पट्टीला ब्लेडने अर्ध्यापर्यंत काप द्या. ह्या कापाच्या ठिकाणी दोन्ही पट्ट्या एकमेकींत अशा दाबून बसवा की, पंखा तयार होईल.

एक रबरबँड घेऊन त्याच्या दोन बाजूत पंखा बसवा. तो निसटू नये म्हणून पंख्याच्या दोन्ही बाजूंनी दोरा गुंडाळा. रबरबँडची दोन टोके दोन कामट्यांना ताणून बांधा.

बोटीत ठेवलेल्या ओल्या मातीच्या गोळ्यात एक उभी काडी बसवा. ह्या काडीत जाड कागदाचे त्रिकोणी शीड बसवा. आपली बोट तयार झाली. पंखा उलट्या दिशेने फिरवून रबरबँडला पीळ द्या.

पीळ उलगडू न देता बोट अलगद पाण्यावर ठेवा. पंखा सोडा. रबरबँडचा पीळ उलगडू लागतो व पंखा फिरून पाणी मागच्या दिशेने लोटू लागतो. त्यामुळे बोट पुढे पुढे सरकू लागते. बोटीला आकर्षक ऑइलपेंट लावून ती तुम्हाला रंगवता येईल. त्यामुळे ती अधिक सुंदर दिसेल.

३ जलदाब यंत्र

मोठमोठ्या जिनींग (कापसातून सरकी वेगळी काढणे), प्रेसिंग फॅक्टरीत जलदाब यंत्राचा वापर केला जातो. यामध्ये तयार होणाऱ्या पाण्याच्या दाबाचा उपयोग करून कापसाच्या गाठी बांधल्या जातात. ह्या यंत्राची आपण छोटी प्रतिकृती तयार करून त्याची कल्पना करू शकतो.

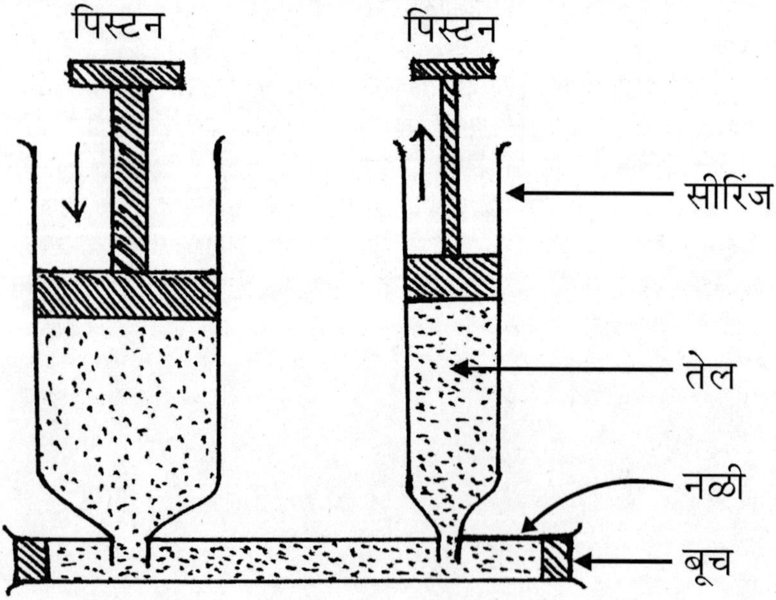

साहित्य :

डॉक्टरांकडे असतात तशा दोन काचेच्या सीरिंज. या दोन सीरिंजपैकी एक मोठ्या व्यासाची व दुसरी लहान व्यासाची असावी. ९ इंच लांबीची एक प्लॅस्टिकची नळी, खोबरेल तेल.

कृती :

सीरिंज घेताना काचेच्याच घ्या, कारण त्यातील पिस्टनची हालचाल सहज होते. प्लॅस्टिकची नळी घेऊन तिची दोन्ही बाजूकडील तोंडे पक्की बुचे लावून बंद करा. नळीला सीरिंजच्या टोकापेक्षा किंचित लहान व्यासाचे छिद्र पाडा. छिद्र पाडण्यासाठी गरम केलेला खिळा वापरा. त्या छिद्रात सीरिंजचे टोक दाबून घट्ट बसवा. नळीच्या दुसऱ्या टोकाजवळ आणखी एक छिद्र पाडा. त्यात दुसरी सीरिंज बसवा.

दोन्ही सीरिंजमधील पिस्टन काढून घ्या. एका सीरिंजमध्ये खोबरेल तेल घाला. नळी तेलाने भरली की, तेल सीरिंजमध्ये येते. त्यानंतर एका सीरिंजचे पिस्टन बसवा. दुसऱ्या सीरिंजमध्ये आणखी थोडे तेल घालून तिलासुद्धा पिस्टन बसवा. इतके झाले की, आपले जलदाब यंत्र तयार झाले.

एका पिस्टनला आत दाबले की, त्याचा दाब तेलावर पडतो व त्या दाबामुळे दुसऱ्या सीरिंजमधील पिस्टन वर येतो. दुसरा पिस्टन खाली दाबला तर पहिला पिस्टन वर येतो. मूळ जलदाब यंत्रात पाणी वापरलेले असते; पण हालचाल सुलभ व्हावी म्हणून आपण खोबरेल तेल वापरले आहे. लहान पिस्टनवर थोडेसे बल लावले तरी मोठ्या पिस्टनकडून जास्त मोठे काम करून घेता येते. लहान सीरिंजचे जे क्षेत्रफळ असेल त्याच्यापेक्षा मोठ्या सीरिंजचे क्षेत्रफळ मोठे आहे. क्षेत्रफळाच्या ह्या प्रमाणात बलसुद्धा बदलते. मोटार दुरुस्तीच्या गॅरेजमध्ये मोटारी वर उचलण्यासाठी जलदाब यंत्राचा उपयोग करतात.

४ पाण्यात तरंगणारा मासा

कमी घनता असलेले पदार्थ जास्त घनता असलेल्या द्रवात तरंगतात आणि जास्त घनता असलेले पदार्थ कमी घनता असलेल्या द्रवात बुडतात, ह्या तत्त्वावर आधारलेले हे खेळणे आहे.

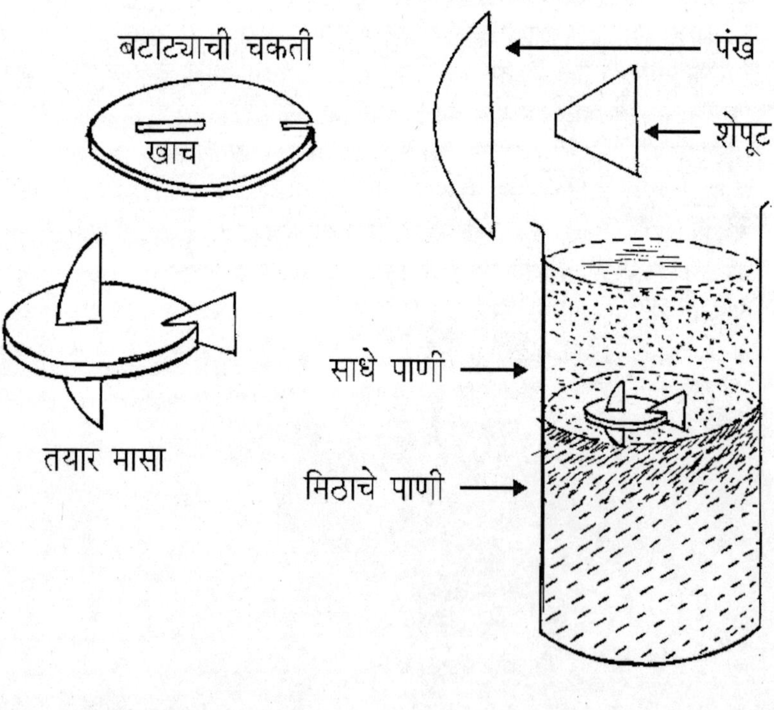

साहित्य :

एक बटाटा, काचेची बरणी, रंगीत प्लॅस्टिक पेपर, मीठ, पाणी.

कृती :

एक मध्यम आकाराचा बटाटा घ्या व त्याची चाकूच्या साहाय्याने लंब वर्तुळाकार चकती काढा. ह्या चकतीला मध्यभागी एक आरपार चीर पाडा. रंगीत प्लॅस्टिक पेपरचे एक अर्धवर्तुळ कापून घ्या व ते अर्धवर्तुळ बटाट्याच्या खाचेत बरोबर बसवा. मागच्या टोकाला प्लॅस्टिक पेपरचा त्रिकोण खोचून बसवा. हे माशाचे शेपूट तयार झाले.

एका रुंद तोंडाच्या पारदर्शक शिशीत किंवा बरणीत तिच्या अर्ध्या इतके पाणी घ्या. ह्या पाण्यात मोठे ८ चमचे मीठ घाला व चमच्याने पाणी ढवळा. मीठ पूर्ण विरघळले तर आणखी मीठ घाला व ढवळा. मीठ विरघळण्याची ही क्रिया पूर्ण बंद होईपर्यंत करत राहा.

दुसऱ्या एका भांड्यात स्वच्छ पाणी घ्या व त्यात अगदी थोडा खाण्याचा निळा रंग घाला, म्हणजे ते पाणी निळसर रंगाचे होईल. मिठाच्या भांड्याच्या तोंडाला चमच्याची दांडी चिकटवून तिच्यावरून रंगीत पाणी हळूहळू मिठाच्या बरणीत सोडा. अशा प्रकारे बरणीत पाण्याचे दोन थर तयार होतील.

आपण तयार केलेला मासा हळूच रंगीत पाण्यात सोडा. तो रंगीत पाण्यात बुडतो, पण मिठाच्या पाण्याच्या थरावर तरंगतो. ज्या ठिकाणी दोन्ही पाण्याची जोडरेषा आहे तेथेच स्थिर होतो, कारण बटाट्याची घनता मिठाच्या पाण्यापेक्षा कमी आहे व साध्या पाण्यापेक्षा जास्त आहे. त्यामुळे ही जादू घडते. तुमच्या मित्रांना ही जादू दाखवून आश्चर्यचकित करता येईल.

५ वासुदेवाचा पेला

भगवान श्रीकृष्णाच्या नावावरून ह्या पेल्याला 'वासुदेव पेला' हे नाव पडले. छोट्या कृष्णाला टोपलीत घेऊन वसुदेव यमुना नदी पार करताना पूर वाढल्यामुळे वासुदेवाच्या नाकातोंडात पाणी जाऊ लागले. त्या वेळी कृष्णाने आपला पाय लांब

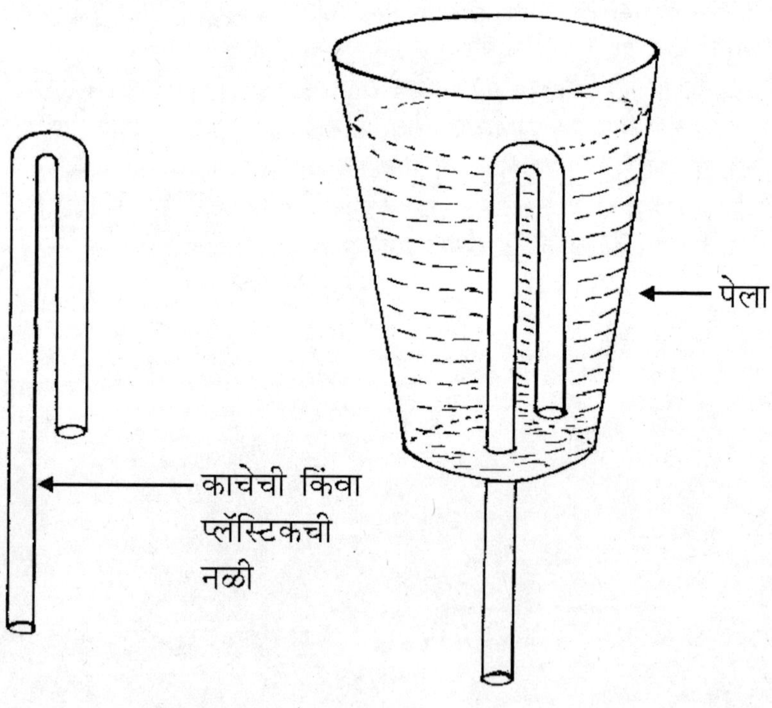

करून पाण्याला स्पर्श केला व पाणी ओसरू लागले. ह्या कथेवर आधारित ह्या पेल्याची रचना आहे. पेल्याच्या मध्यभागी वासुदेवाची मूर्ती उभी असते. तिच्या डोक्यावर कृष्ण असलेली टोपली असते. ह्या पेल्यात पाणी ओतत राहायचे. जोपर्यंत कृष्णाच्या पायाला पाणी टेकत नाही तोपर्यंत पेला भरत राहतो व पायाला पाणी टेकले की, पेला रिकामा होतो. आकृतीत दाखवल्याप्रमाणे ह्या मूर्तीच्या आत एक काचेची नळी बसवलेली असते. तिला सायफन म्हणतात.

साहित्य :

आकृतीत दाखवल्याप्रमाणे काचेची किंवा प्लॅस्टिकची नळी, प्लॅस्टिकचा पारदर्शक पेला.

कृती :

वाकवलेल्या नळीची एक बाजू लांब असावी. प्लॅस्टिकच्या पेल्याच्या बुडाला मध्यभागी नळीच्या व्यासाएवढे छिद्र पाडा. ह्या छिद्रात नळीचे लांब टोक बसवा. नळीचे आखूड टोक तळापासून थोडे वर ठेवा. नळीच्या बाजूने मेण किंवा डांबर लावून नळी पेल्यात घट्ट बसवा.

एका हातात पेला उभा धरून दुसऱ्या हाताने त्यात हळूहळू पाणी ओता. पेल्यात पाणी पडले की, ते आखूड नळीतसुद्धा जाते. नळीच्या वाकलेल्या टोकापर्यंत पाण्याची पातळी येईपर्यंत काहीच घडत नाही. थोडे अजून पाणी ओतले की, आखूड नळीतील पाणी वाकवलेल्या टोकातून लांब नळीत वाहू लागते व सायफन आपोआप सुरू होते. हे सुरू झालेले सायफन पेल्यातील पाणी संपेपर्यंत सुरूच राहते.

तुमच्या मित्रांना गोंधळात टाकायचे असेल तर एखाद्या बाहुलीचे बुड कापून त्या बाहुलीने पेल्यातील नळी झाकून टाकता येईल. असे केल्याने पेला रिकामा कसा होतो, असा प्रश्न तुमच्या मित्रांना नक्कीच पडेल.

६ सुरक्षित सायफन

घरामध्ये पुष्कळदा आपणास नळीच्या साहाय्याने घासलेट, पेट्रोल यांसारखे द्रव पदार्थ एका भांड्यातून दुसऱ्या भांड्यात काढायचे काम पडते. त्या वेळी आपण द्रवाने भरलेले भांडे उंच जागेवर ठेवतो. त्यात रबरी नळी घालतो व नळीच्या

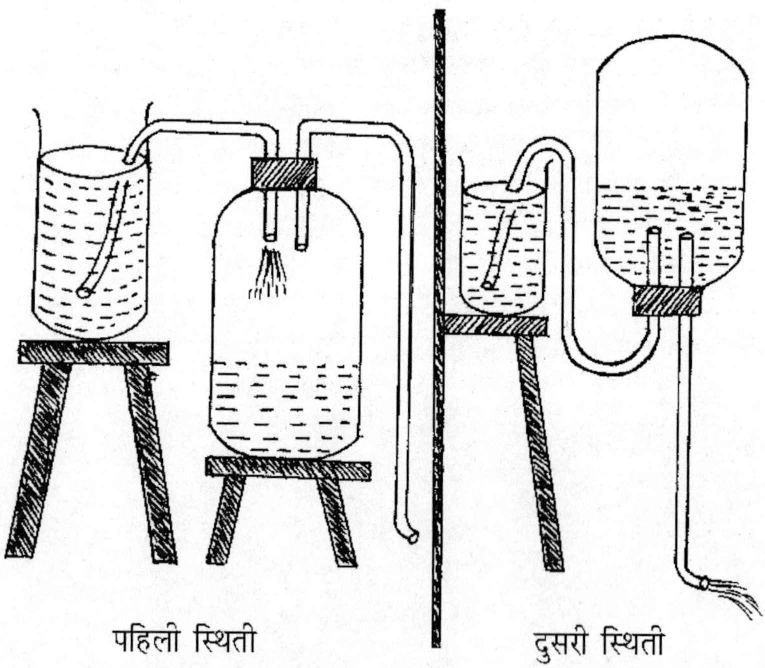

पहिली स्थिती   दुसरी स्थिती

दुसऱ्या तोंडाकडून हवा ओढली असता, नळीतून द्रवपदार्थ खालच्या भांड्यात पडू लागतो; पण कधीकधी हवा जोराने ओढली गेली, तर द्रवपदार्थ तोंडात जातो व तोंड खराब होते. हे टाळण्यासाठी सुरक्षित सायफन तयार करता येतो.

साहित्य :

सलाइनची रिकामी शिशी, दोन रबरी नळ्या, दोन रिकामी स्केचपेन.

कृती :

स्केचपेनच्या रिकाम्या नळ्यांचे तुकडे कापून घ्या. हे तुकडे सलाइनच्या शिशीच्या रबरी बुचात दोन ठिकाणी घट्ट दाबून बसवा. नळ्यांच्या बाहेरच्या टोकांना दोन पोकळ रबरी नळ्या बसवा. त्यांपैकी एक नळी उंचावर ठेवलेल्या पाण्याच्या भांड्यात सोडा व दुसऱ्या नळीतून जोराने हवा ओढा. पाणी रबरी नळीतून येऊन शिशीत पडू लागते. हवा ओढणे बंद करा. तोंडातील नळी दुसऱ्या भांड्यात सोडा. सलाइनची शिशी त्याच जागेवर उचलून उलटी करा. त्यामुळे शिशीतील पाणी दुसऱ्या नळीतून खालच्या भांड्यात पडणे सुरू होईल. अशा प्रकारे द्रव पदार्थ तोंडात न येता खालच्या भांड्यात काढून घेता येईल.

पहिल्या स्थितीत सलाइनची शिशी सरळ उभी असते. त्या वेळी नळीतून आपण हवा जोराने जरी ओढली तरी पाणी तोंडात जात नाही, तर ते शिशीत पडते. त्यामुळे हे सायफन द्रव पदार्थ काढण्यासाठी अगदी सुरक्षित आहे. दक्षता एवढीच घ्यावी, ती म्हणजे शिशीचे रबरी बूच व इतर नळ्या जोडलेले भाग घट्ट बसलेले असावेत, म्हणजे उपकरण चांगले काम करते.

७ पाण्यातील बाहुली

पाण्यातील बाहुली हे एक मजेदार खेळणे आहे. एका शिशीत अर्ध्याइतके पाणी भरलेले असते. ह्या पाण्यात एक छोटी बाहुली उभी तरंगत असते. शिशी आडवी, उभी, उलटी, तिरपी केली तरी त्या पाण्यातील बाहुली मात्र उभीच असते.

साहित्य :

प्लॅस्टिकची पोकळ, पण छोटी बाहुली, तिच्या उंचीपेक्षा जास्त उंच असणारी मोठ्या तोंडाची काचेची पारदर्शक शिशी, पाणी व रेती.

कृती :

प्लॅस्टिकच्या बाहुलीच्या डोक्याला बारीक छिद्र पाडून त्यातून बारीक रेती बाहुलीच्या पायात भरा. ही बाहुली पाण्यात सोडून पाहा. ती पाण्यात सरळ उभी राहिली पाहिजे. ती उभी राहत असल्याची खात्री झाल्यावर बाहेर काढा व तिच्या डोक्याचे छिद्र मेण लावून बंद करा.

रुंद तोंडाच्या शिशीत अर्ध्यापर्यंत पाणी भरा. ह्या पाण्यात ही बाहुली अलगद सोडा. ती उभी तरंगेल. शिशीचे बूच पक्के बसवा. आता शिशी आडवी करा. शिशी आडवी केल्यानंतरही पाण्यातील बाहुली मात्र सरळच उभी राहील. शिशी हळूच उलटी करा. तरीही बाहुली मात्र सरळच उभी राहील.

याचे कारण असे आहे की, पाण्याचा पृष्ठभाग क्षितिज पातळीत असतो. त्याला काटकोन करून बाहुली उभी असते. शिशी कशीही फिरवली, तरी पाणी मात्र क्षितिजसमांतर पातळीतच राहते व त्याला काटकोन करून ही बाहुली सरळ उभी राहते.

८ मोठे होणारे बुडबुडे

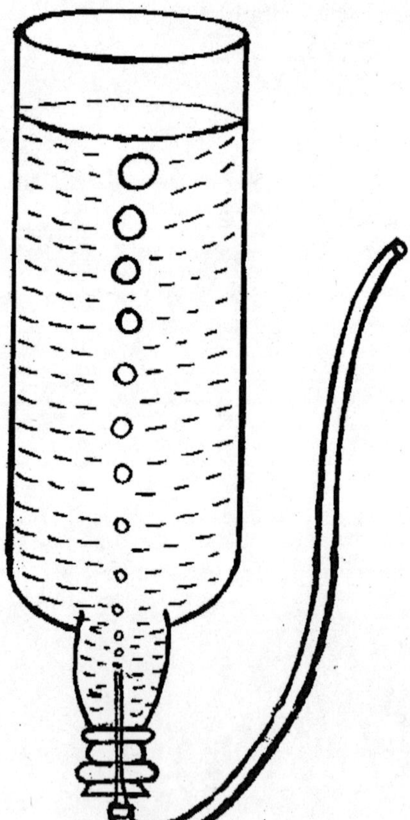

द्रवाने भरलेल्या भांड्याच्या तळाशी द्रवाचा दाब जास्त असतो आणि द्रवाच्या वरच्या बाजूला दाब कमी असतो, हे दाखवणारे उपकरण तयार करणे अगदी सोपे आहे.

साहित्य :

पाणी ठेवण्यास वापरतात तशा प्रकारची प्लॅस्टिकची उंच, पारदर्शक शिशी, तिला बसणारे घट्ट बूच, सलाइनची नळी व सलाइनची सुई.

कृती :

उंच शिशीला असणारे बूड चाकूने कापून काढा; काठ घासून गुळगुळीत करा. शिशीच्या तोंडाला घट्ट बूच बसवा. बुचामध्ये सलाइनची सुई खोचून बसवा. ह्या सुईच्या बाहेरच्या टोकाला सलाइनची नळी जोडा. शिशी उलटी करा. तिच्यात पाणी भरा. सलाइनच्या नळीतून

तोंडाने हळूहळू हवा फुंका. सुईच्या बारीक छिद्रातून लहान आकाराचे हवेचे बुडबुडे निघतील. ज्या वेळी ते पाण्याच्या खालच्या भागाकडून वरच्या भागाकडे जाऊ लागतील. त्या वेळी त्यांचा आकार मोठामोठा होत जाईल. बुडबुडे पाण्याच्या पृष्ठभागावर आले की फुटतील. त्या वेळी त्यांचा आकार सर्वांत मोठा असेल.

शिशीच्या खालच्या भागात म्हणजे तळाशी पाण्याचा दाब जास्त असतो. म्हणून ह्या बुडबुड्यांचा आकार लहान असतो. मात्र शिशीच्या वरच्या बाजूला दाब कमी असल्यामुळे बुडबुडे प्रसरण पावतात व त्यांचा आकार मोठा होतो. पाण्याच्या पृष्ठभागावर आल्यानंतर बुडबुड्यांतील हवा वातावरणाच्या हवेत मिसळून जाते.

९ पाणतराजू

लहान वस्तूचे वजन करण्यासाठी हा पाणतराजू उपयोगी पडू शकतो.

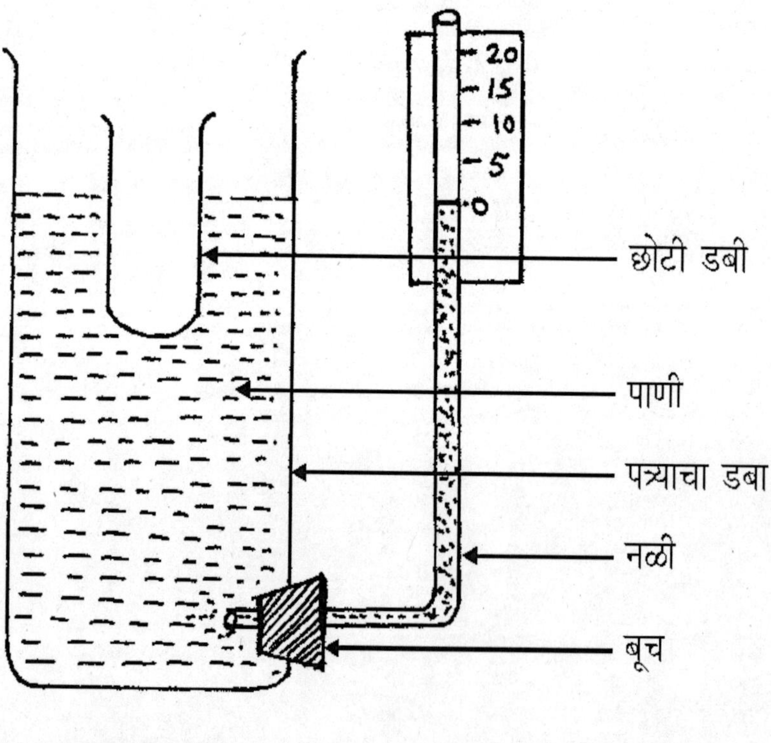

साहित्य :

पत्र्याचा दंडगोलाकृती डबा, प्लॅस्टिकची छोटी डबी, रबरी बूच, काटकोनात वाकवलेली काचेची नळी, वजने, कागदी पट्टी व पाणी.

कृती :

दंडगोलाकृती डब्याचे झाकण काढून टाका. डब्याच्या खालच्या बाजूला एक गोल छिद्र पाडा. त्यात रबरी बूच घट्ट बसले पाहिजे. रबरी बूचाला आरपार छिद्र पाडा. त्यात काचेची काटकोनी नळी पक्की बसवून ते बूच डब्याच्या छिद्रात बसवा.

डब्यात पाणी भरा. त्या पाण्यावर प्लॅस्टिकची छोटी डबी तरंगत ठेवा. पाणी स्थिर झाल्यावर डब्यातील व नळीतील पाण्याची पातळी सारखी होईल. काचेच्या नळीच्या शेजारी कागदाची पट्टी उभी चिकटवा व ज्या ठिकाणी पाण्याची पातळी आहे त्या ठिकाणी खूण करून ० हा आकडा लिहा. प्लॅस्टिकच्या डबीत ५ ग्रॅमचे वजन ठेवा. त्यामुळे डबीचा काही भाग पाण्यात बुडेल. डब्यातील व नळीतील पाण्याची पातळी वर येईल. त्या ठिकाणी ५ हा आकडा लिहा. नंतर १० ग्रॅमचे वजन ठेवा. पाणी आणखी वर येईल. त्या ठिकाणी १० हा आकडा लिहा. अशा प्रकारे निरनिराळी वजने टाकून पट्टीवर खुणा करून आकडे लिहा. हा तुमचा पाणतराजू तयार झाला. सर्व वजने डब्यातून काढून घ्या.

ज्या वस्तूचे वजन माहीत करून घ्यावयाचे आहे, तो पदार्थ प्लॅस्टिकच्या डबीत ठेवा. त्याच्या वजनामुळे डबीचा काही भाग पाण्यात बुडेल व ठरावीक मर्यादेपर्यंत पाण्याची पातळी बदलून ते एके ठिकाणी स्थिर होईल. स्थिर झालेल्या पाण्याच्या पातळीच्या समोर जो आकडा असेल तितके त्या पदार्थाचे वजन समजावे.

१० पाण्यावर चालणारे कीटक

साचलेल्या पाण्याच्या डबक्यात पाण्याच्या पृष्ठभागावर तरंगणारे, पळणारे किडे आपण नेहमीच पाहतो. या खेळण्यात आपण बेगडी कागदापासून तयार केलेले कीटक पाण्यावर तरंगत ठेवू व त्यांची मजा पाहू. त्यासाठी लागणारे साहित्यसुद्धा सहज मिळते.

साहित्य :

ॲल्युमिनियमचा रंगीबेरंगी बेगडी कागद, कागदाला लावण्याच्या क्लिप्स, पसरट भांडे, पाणी, साबणाचे द्रावण.

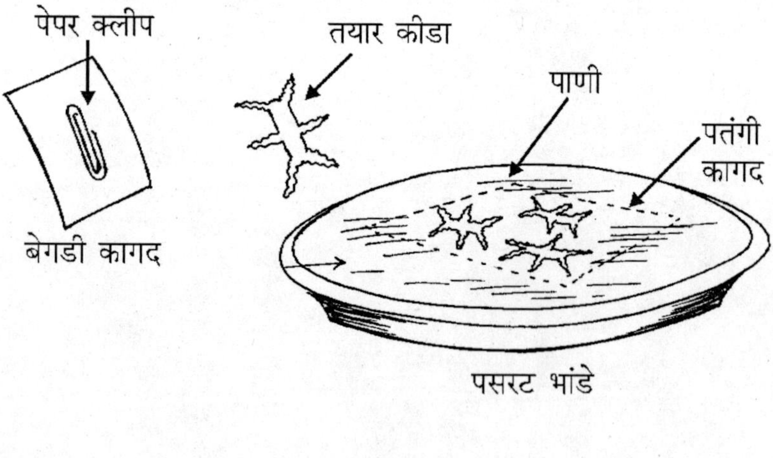

कृती :

बेगडी कागदाचे लहानलहान चौकोनी तुकडे कापून घ्या. हे तुकडे टेबलावर ठेवा. त्यांच्या मध्यभागी एकेक पेपर क्लिप ठेवा. बाजूचा उरलेला बेगडी कागद क्लिपभोवती गुंडाळा व दोन बोटाच्या चिमटीत धरून त्याला पीळ द्या. अशा प्रकारे सहा टोके तयार करा. हीच कृती करून निरनिराळ्या रंगाचे पाच-सहा कीटक तयार करा.

एका पसरट बशीत पाणी घ्या. ती बशी खोलीच्या एका कोपऱ्यात ठेवा. त्यामुळे पाण्याला हवा लागणार नाही व ते स्थिर होईल. ह्या पाण्यात आपण तयार केलेले कीटक सोडले तर ते खाली बुडतील. ते तरंगण्यासाठी वेगळी युक्ती करावी लागते.

बशीच्या आकारापेक्षा लहान आकाराचा पतंगी कागद घ्या. त्यावर तीन कीटक उचलून ठेवा. हा कागद स्थिर पाण्यावर अलगद ठेवा. पतंगी कागद अगदी हळूहळू पाण्याने भिजतो व तळाशी जातो, पण कीटक मात्र पाण्यावरच तरंगत राहतात. थोडा वेळ त्यांची गंमत पाहा.

शाईच्या ड्रॉपरमध्ये साबणाचे पाणी भरून त्याचा एकेक थेंब प्रत्येक कीटकाच्या मागे टाका. पाहा, ते कीटक पाण्यावर कसे पळू लागतात!

प्रत्येक वेळी हे पाणी चालणार नाही. ते पाणी फेकून देऊन बशी कापडाने कोरडी करून घ्यावी लागेल. नंतर त्यात दुसरे स्वच्छ पाणी घेऊन प्रयोग करावा लागेल.

११ द्रवाचा दाब

एखाद्या भांड्यात द्रवपदार्थ भरलेला असताना, त्याचा दाब तळाशी जास्त असतो. तो पृष्ठभागाकडे कमी होत जातो, हे आपणास या उपकरणाद्वारे प्रत्यक्ष समजू शकते.

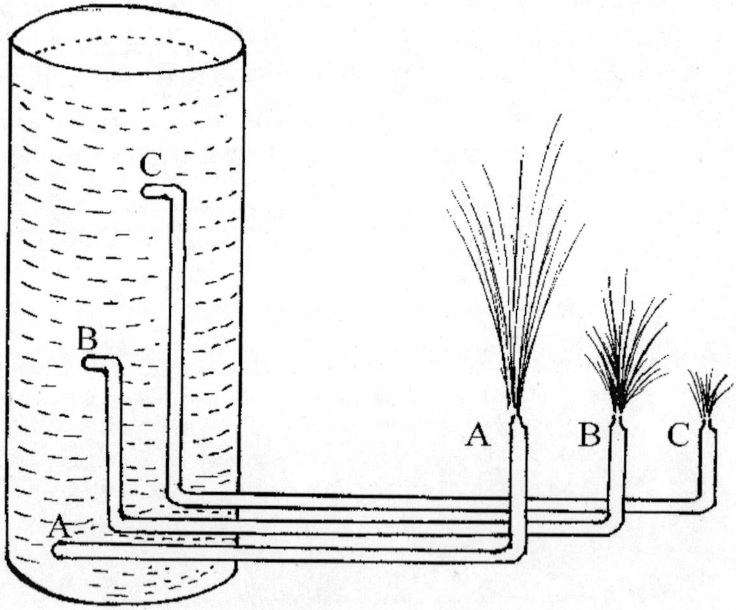

द्रवाच्या तळाशी दाब जास्त असतो.

साहित्य :

दंडगोलाकृती प्लॅस्टिकचा किंवा टिनचा डबा, सारख्या व्यासाच्या रबरी नळ्या, काचेच्या नळीपासून तयार केलेले जेट, पाणी.

कृती :

उंच, दंडगोलाकृती डब्याच्या वरच्या बाजूला एक, मध्यभागी एक व डब्याच्या तळाशी एक याप्रमाणे तीन छिद्रे पाडा. ह्या तीन छिद्रांत रबरी नळ्याची टोके बसवा. डबा जमिनीवर सरळ उभा ठेवा. तिन्ही नळ्या जमिनीवर आणा व त्यांना प्रत्येकी एक काचेचे जेट बसवा. जेटच्या टोकांची उंची जमिनीपासून सारखी असावी.

डब्यात पाणी भरा. डबा पूर्ण भरल्यानंतर पाणी टाकणे बंद करा. यानंतर तिन्ही जेट नळ्यांतून कारंजे उडू लागते, पण त्यात थोडाथोडा फरक दिसून येतो. डब्याच्या सर्वांत वरच्या छिद्रात जी नळी बसवलेली आहे, तिच्या जेटचा फवारा कमी उंच उडतो. डब्याच्या मध्यभागातील नळीतून जेटचा फवारा थोडा जास्त उंच उडतो. डब्याच्या तळाशी जी नळी आहे तिच्या जेटचा फवारा सर्वांत उंच उडतो.

याचाच अर्थ असा होतो की, तळाशी असलेल्या नळीतील पाण्यावर जास्त दाब असल्याने पाण्याचा फवारा उंच उडतो. वरच्या नळीतील पाण्यावर दाब कमी असल्यामुळे पाण्याचा फवारा खूप उंच उडत नाही.

१२ पाण्याचा गोल फवारा

साहित्य :

दोन टॉर्चसेलवर फिरणारी मोटार, प्लॅस्टिकचे मोठ्या व्यासाचे गोल झाकण, रोल फिल्म ठेवण्याची प्लॅस्टिकची रिकामी डबी, रबरी पोकळ नळी, लाकडी बैठक.

कृती :

रोल फिल्मची रिकामी डबी घ्या. तिचे झाकण काढून टाका. जाड लोखंडी

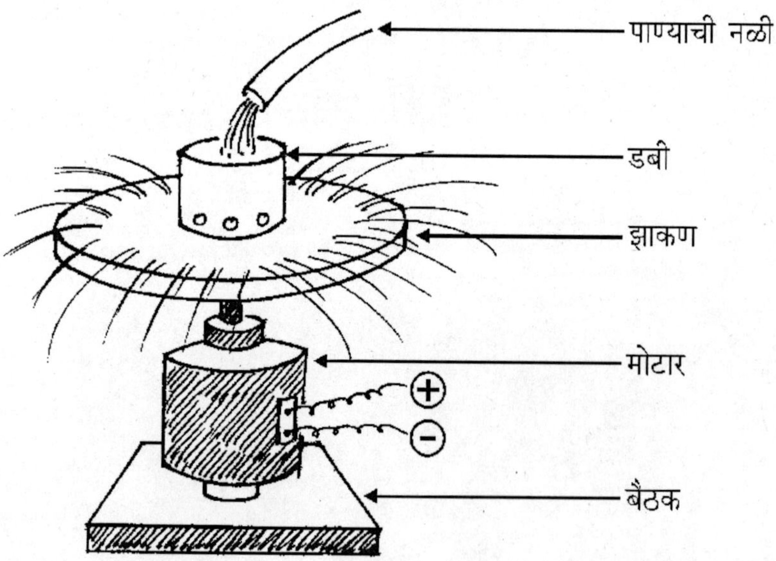

खिळा गरम करून, त्याने डबीच्या खालच्या भागाला (वक्राकार पृष्ठभागाला) समान अंतरावर पाच-सहा छिद्रे पाडा. प्लॅस्टिकच्या झाकणाचा मध्यबिंदू शोधून काढा व त्या ठिकाणी बारीक छिद्र पाडा. ह्या छिद्रात मोटारीचा कणा दाबून घट्ट बसवा.

मोठ्या झाकणाच्या मध्यभागी रोल फिल्मची डबी चिकटवून पक्की करा. एका लाकडी बैठकीवर मोटार उभी धरून, चिकटपट्टीने पक्की करा किंवा दोरीने बांधून टाका. मोटारीच्या वायरला सेल जोडून, विद्युतप्रवाह सुरू करा.

मोटारीच्या कण्यावर लावलेले, प्लॅस्टिकचे झाकण व त्यावर चिकटवलेली डबी वेगात फिरू लागेल. त्याच वेळी रोलफिल्मच्या डबीत रबरी नळीतून पाण्याचा प्रवाह सुरू करा.

डबीच्या खालच्या छिद्रातून पाणी बाहेर येते व मोठ्या झाकणावर पडते. झाकण फिरत असल्यानले, ते काठाकडे लोटले जाते व गोल फवाऱ्याच्या रूपाने खाली पडते.

सेंट्रीफ्युगल फोर्समुळे (एखादी वस्तू तिच्या आसाभोवती वर्तुळाकार गतीने फिरत असेल तर त्या वस्तूवरील प्रत्येक कण मध्यबिंदूकडून परिघाकडे जाण्याचा प्रयत्न करीत असतो व शेवटी तो परिघाबाहेर फेकला जातो.) झाकणावर पडणाऱ्या पाण्याला मध्यबिंदूपासून दूर जाण्याची प्रेरणा मिळते व ते पाणी परिघाकडे फेकले जाते.

१३ सीरिंजचा ब्रेक

साहित्य :

दोन सेलवर चालणारी मोटार, मोठे रबरी बूच किंवा प्लॅस्टिकचे झाकण, दवाखान्यातील इंजेक्शनच्या काचेच्या सीरिंज व सलाइनची रिकामी नळी.

कृती :

मोटारीच्या कण्यात रबरी बूच किंवा प्लॅस्टिकचे झाकण घट्ट बसवा. सीरिंजच्या खालच्या बाजूला असलेल्या बारीक टोकात सलाइनच्या नळीचा तुकडा बसवा. नळीच्या दुसऱ्या टोकात दुसऱ्या सीरिंजचे टोक बसवा.

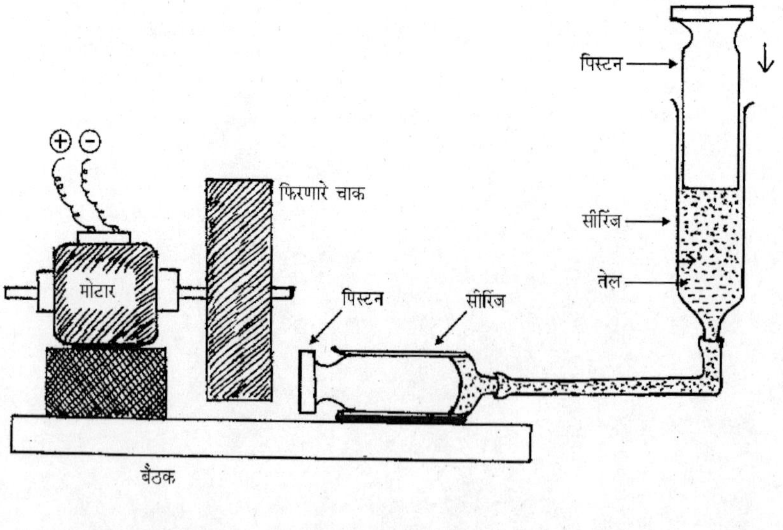

अशा प्रकारे नळीच्या साहाय्याने दोन सीरिंज एकमेकींना जोडल्या जातील. एका सीरिंजमध्ये खोबरेल तेल भरा व पिस्टन लावा. दुसऱ्या सीरिंजमध्ये फक्त पिस्टन बसवा.

तेल भरलेल्या सीरिंजचे पिस्टन आत दाबले की, तेल नळीतून दुसऱ्या सीरिंजमध्ये येते. तिच्यात बसवलेल्या पिस्टनला मागे लोटते. ही क्रिया अगदी सहज व्हावयास पाहिजे. पिस्टन मागे ओढल्यावर तेल पहिल्या सीरिंजमध्ये परत येते व दुसऱ्या सीरिंजमधील पिस्टन आत येतो.

मोटारला सेल जोडा. मोटार सुरू होईल व रबरी चाक वेगाने फिरू लागेल. ह्या फिरणाऱ्या चाकाजवळ रिकामी सीरिंज धरून ठेवा. सीरिंज म्हणजे या फिरणाऱ्या चाकाचा ब्रेक होय.

चाकाची गती कमी किंवा बंद करायची असेल तर तेलाने भरलेल्या, सीरिंजचे पिस्टन दाबा. रिकाम्या सीरिंजमधील पिस्टन चाकाला घासू लागेल व गती कमी होईल. चाक पूर्णपणे थांबवायचे असेल तर पिस्टन जोराने दाबून धरा. चाक थांबेल. चाक पुन्हा फिरवायचे असेल तर पिस्टन मागे ओढा. चाक मोकळे होईल व फिरू लागेल.

हवा

१४ उडणारी तोफ

'न्यूटन'च्या गतीविषयक तिसऱ्या नियमावर आधारित असे हे एक खेळणे आहे. बंदुकीतून गोळी उडाल्यानंतर, बंदूक जोराने मागे येते. असे आपण शालेय अभ्यासक्रमात शिकतो, पण ही क्रिया मात्र आपणास पाहावयास मिळत नाही. म्हणून ह्या खेळण्याद्वारे त्याची कल्पना आपण करू शकतो.

साहित्य :

दोन रिकाम्या आगपेट्या, समान व्यासाची चार झाकणे, टाचण्या, समान व्यासाची, तोंड बंद असलेली धातूची एक नळी, दोरा, मेणबत्ती, आगपेटीच्या पाच-सहा काड्या.

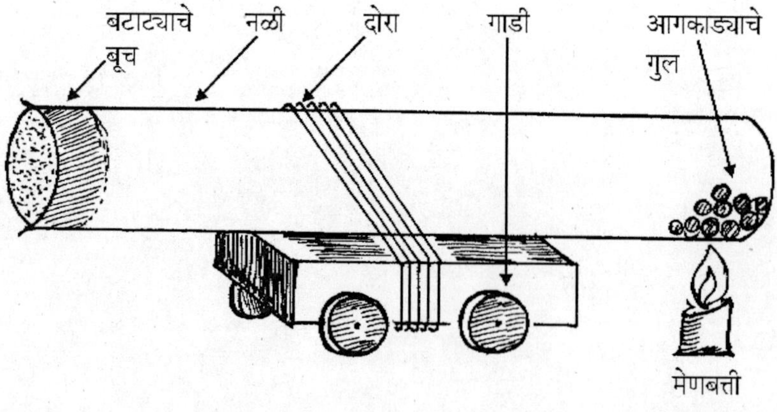

कृती :

दोन आगपेट्या एकमेकींना चिकटवून घ्या. समान व्यासाची चार झाकणे घेऊन त्यांना मध्यबिंदूच्या ठिकाणी छिद्र पाडा. ही चार झाकणे आगपेटीच्या खोक्याला गाडीच्या चाकाप्रमाणे टाचण्यांनी लावा. ही गाडी सपाट पृष्ठभागावर अगदी सहज फिरली पाहिजे. ही आपल्या तोफेची गाडी तयार झाली.

जाडसर बटाट्याची सपाट फोड घ्या व ती टेबलावर ठेवा. धातूची नळी घेऊन तिचे उघडे तोंड ह्या फोडीवर दाबा. नळीच्या तोंडाच्या आकाराची फोड कापली जाईल. हे नळीचे बूच तयार झाले.

नळीच्या उघड्या तोंडातून, आगकाड्याची पाच-सहा गुल आत टाका. ते नळीच्या बंद टोकाला गेले पाहिजेत. दोऱ्याच्या साहाय्याने नळी गाडीला बांधून घ्या. अगोदर तयार केलेले, बटाट्याचे बूच नळीच्या तोंडात बसवा. तोफ उचलून सपाट टेबलावर किंवा गुळगुळीत फरशीवर ठेवा.

नळीमध्ये आगपेटीचे गुल ठेवले आहेत, त्या टोकाखाली जळती मेणबत्ती धरा व ते टोक गरम करा. पुरेसे गरम झाल्यावर ते गुल आतल्या आत पेटतील. त्यामुळे नळीतील हवा एकदम प्रसरण पावेल. त्या जोरामुळे नळीच्या तोंडात बसवलेले बूच तोफेच्या गोळ्याप्रमाणे जोराने समोर उडेल. ही झाली क्रिया. आता त्या दणक्यामुळे तोफेला झटका बसून तोफ मागच्या दिशेने पळेल. ही झाली प्रतिक्रिया. ह्या दोन्ही गोष्टी आपण सहज पाहू शकतो व न्यूटनचा नियम सहज समजून घेऊ शकतो.

१५ हेलिकॉप्टर

हेलिकॉप्टर तयार करून लहान मुलांना खेळण्यासाठी दिले, तर त्यांना खूप आनंद होतो.

साहित्य :

प्लॅस्टिकची एक आयताकृती पट्टी, बांबूची काडी, सडकेच्या डांबराचा एक छोटा गोळा.

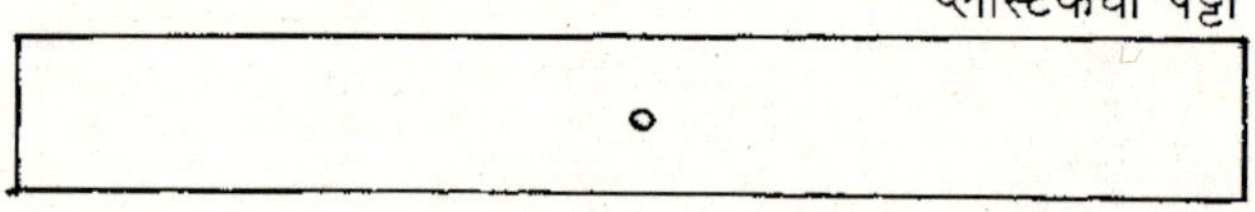

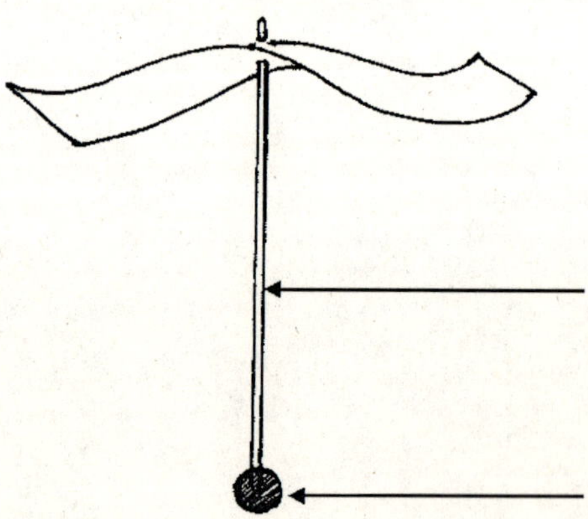

कृती :

आपल्या घरी प्लॅस्टिकची भांडी असतात. ती फुटली म्हणजे आपण ती फेकून देतो. त्यातूनच तीन-चार इंच रुंद व सहा इंच लांब अशी आयताकृती पट्टी कापून घ्या. ह्या पट्टीचा मध्यबिंदू काढून तेथे एक छिद्र पाडा. ह्या छिद्रात बांबूची काडी पक्की बसवा. बांबूच्या काडीच्या खालच्या बाजूला सडकेच्या डांबराचा एक गोल गोळा बसवा.

प्लॅस्टिकची पट्टी गरम पाण्यात बुडवली असता ती नरम होते. ती नरम असताना निरनिराळ्या पद्धतीने तिला बाक देता येतो. प्लॅस्टिकच्या पट्टीची दोन टोके पंख्याच्या पात्याप्रमाणे किंचित तिरपी करून घ्या. हे आपले हेलिकॉप्टर तयार झाले.

ही बांबूची काडी दोन हातात घुसळून, एकदम झटका देऊन वर सोडली म्हणजे हे हेलिकॉप्टर गरगर फिरत वर जाते व नंतर खाली येते. डांबराच्या गोळ्यामुळे त्याचा तोल जात नाही. ते सरळ वर जाते व सरळ खाली येते.

१६ गरम हवा हलकी असते

वातावरणात हवा असते. प्रत्येक रिकाम्या वस्तूत हवा असते. हवा गरम झाली की, ती हलकी होते व वर जाते. वर गेलेल्या हवेची जागा हवेचा दुसरा थंड प्रवाह घेतो. हवेच्या या प्रवाहाला आपण वारा म्हणतो. गरम हवा हलकी असते व ती वर जाते हे दाखवण्यासाठी, आपण एक तराजू तयार करू.

साहित्य :
एक पूर्ण पेन्सिल, दोरा, मेणबत्ती, आगपेटी.

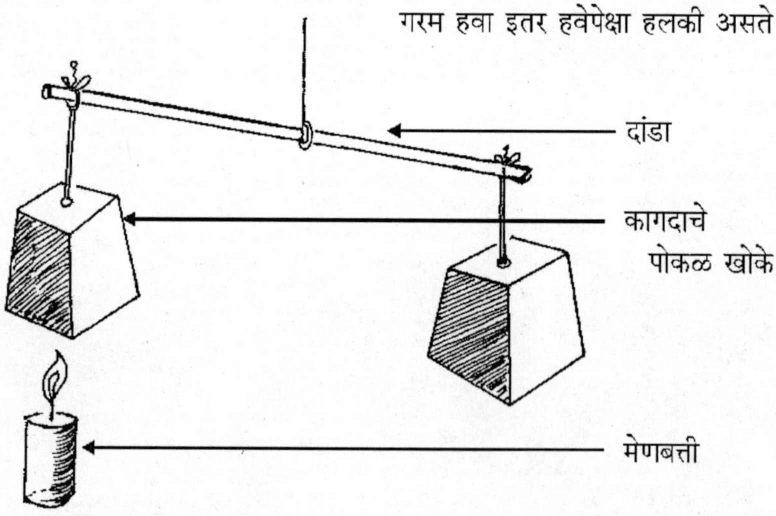

कृती :

पूर्ण पेन्सिल घ्या. पट्टीने मोजून तिचा मध्य काढा. ह्या ठिकाणी ब्लेडने खोलगट खाच पाडा व त्या खाचेत एक दोरा बांधा. हा दोरा धरून वर उचलला असता दांडी तराजूप्रमाणे दोन्हीकडे समतोल झाली पाहिजे.

पातळ कागदापासून सारख्या आकाराची दोन खोकी बनवा. खोक्याला सहा बाजू असतात, पण ह्या खोक्यांची खालची बाजू काढून टाका. आकृतीत दाखवल्याप्रमाणे उघडी बाजू खालच्या दिशेला ठेवून ही दोन्ही खोकी दोऱ्याने पेन्सिलीच्या दोन टोकांना बांधा. त्यांच्या दोऱ्यांची लांबी सारखी ठेवा. पेन्सिलीच्या मध्यभागी बांधलेला दोरा धरून पेन्सिल वर उचला. दोन्ही खोकी समतोल झाली पाहिजेत. ती समतोल झाल्यावर एखाद्या खिळ्याला हा तराजू टांगून ठेवा.

आगपेटीच्या साहाय्याने मेणबत्ती पेटवा. एका खोक्याच्या खाली धरा. खोक्याचा कागद जळणार नाही, याची दक्षता घ्या. मेणबत्तीच्या ज्योतीमुळे गरम झालेली हवा खोक्यात जमा झाली की, ते खोके एकदम वर जाते व तराजूची दांडी असमतोल होते. यावरून गरम हवा हलकी असते व ती वर जाते, हे सिद्ध होते.

१७ शिशीत पडणारे केळे

वातावरणात १/५ भाग ऑक्सिजन असतो. हा ऑक्सिजन प्राणीमात्रांना श्वसनासाठी उपयोगी पडतो; ज्वलनासाठी मदत करतो. ज्वलन होत असताना ऑक्सिजन खर्च होतो, ह्याच तत्त्वावर आधारित ही गंमत आहे.

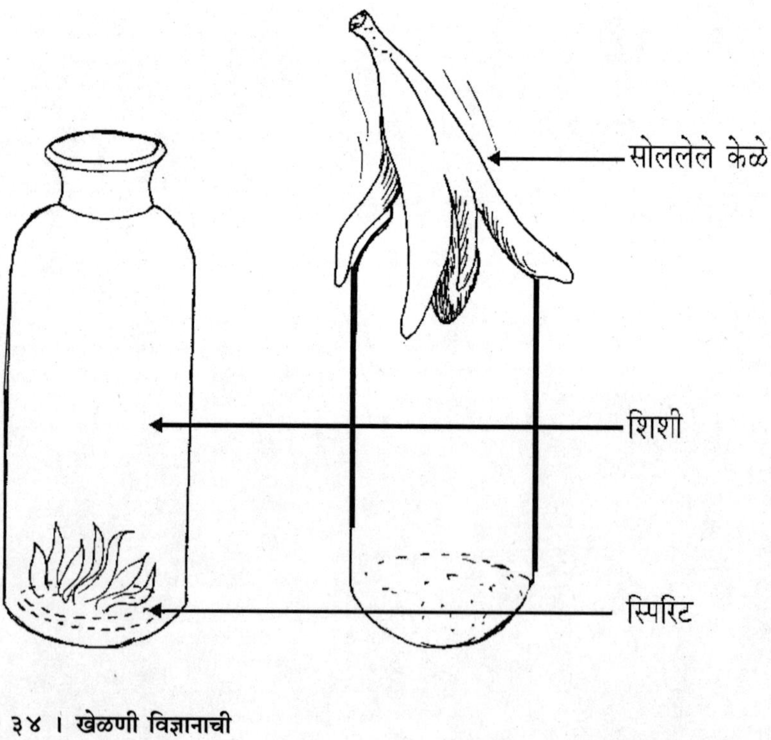

साहित्य :

एक पिकलेले केळे, मोठी शिशी, थोडेसे अल्कोहोल, आगपेटी, टिश्यु पेपरचे तुकडे.

कृती :

केळे सोलून घ्या. आतील गर उघडा करा. केळे आत पडणार नाही एवढे तोंड असलेली शिशी घ्या. तिच्या तळाशी थोडे अल्कोहोल टाका. टिश्यु पेपरचे तुकडे पेटवून शिशीत टाका. त्यामुळे अल्कोहोल पेट घेईल. ते चांगले पेटल्यानंतर शिशीच्या तोंडावर सोललेल्या केळाच्या गराचा भाग दाबून बसवा व गंमत पाहा.

शिशीतील अग्नी थोड्या वेळाने विझेल व केळाचा गर शिशीच्या आत ओढला जाईल. असे कशामुळे घडले?

शिशीत प्रथम वातावरणाची हवा होती. शिशीच्या आत अल्कोहोल पेटवल्यामुळे ज्वलनात ऑक्सिजन खर्च झाला. त्यामुळे शिशीचा १/५ भाग रिकामा झाला. तो भरून काढण्यासाठी बाहेरील हवा आत येऊ शकली नाही, कारण शिशीच्या तोंडावर केळे बसवले होते. त्यामुळे आतील हवेचा दाब वातावरणाच्या दाबापेक्षा कमी झाला. साहजिकच, बाहेरील हवेचा दाब वाढल्यामुळे केळे शिशीत ढकलले गेले.

समजा, हा प्रयोग करताना अल्कोहोल उपलब्ध झाले नाही, तर टिश्यु पेपरचे थोडे जास्त तुकडे घेऊन ते पेटवावेत. हा मार्ग योजला तरी प्रयोग यशस्वी होईल.

१८ हवेतील ओलावा-दर्शक

ओलसर हवेमुळे केसाची लांबी वाढते; उष्ण व कोरड्या वातावरणात लांबी कमी होते, ह्या तत्त्वाचा उपयोग करून हे उपकरण तयार करता येते.

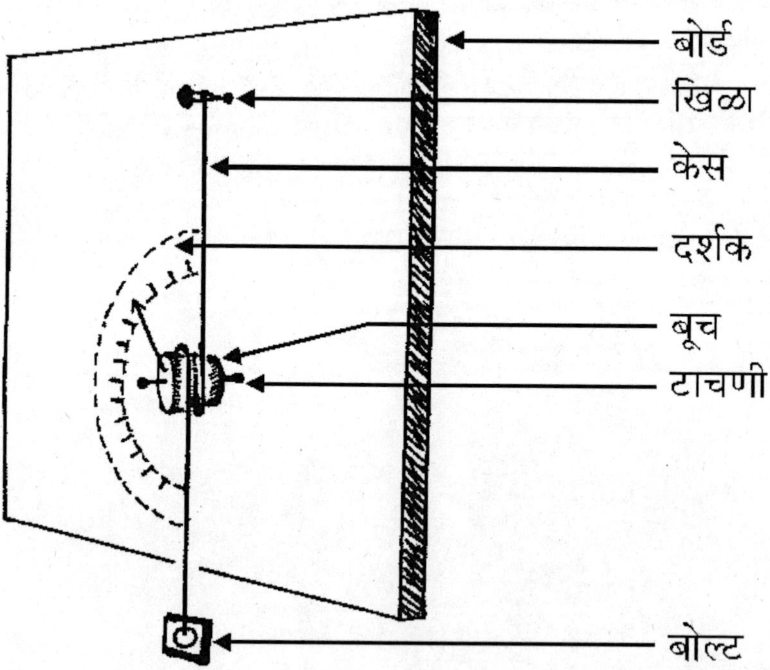

साहित्य :

३० ते ३५ से.मी. लांबीचा डोक्याचा केस, प्लायवूडचा एक चौकोनी तुकडा, छोटे वजन, खिळा, टाचणी, एक बूच.

कृती :

प्लायवूडचा एक बोर्ड घ्या व तो हलणार नाही अशा तऱ्हेने भिंतीवर पक्का बसवा. नंतर प्लायवूड बोर्डाच्या वरच्या बाजूला एक बारीक खिळा ठोकून त्याला केसाचे एक टोक पक्के बांधा. खिळ्याच्या खालच्या बाजूला दूर अंतरावर बोर्डावर एक टाचणी पक्की खोचा. ह्या टाचणीत सहज फिरेल असे एक लाकडी बूच बसवा. हे बूच अगदी सहज फिरले पाहिजे. ह्या बुचाला बारीक गवताची काडी फेव्हिकॉलने चिकटवून दर्शक तयार करा.

खिळ्यापासून खाली लोंबणाऱ्या केसाच्या दुसऱ्या टोकाला, एक छोटा बोल्ट वजन म्हणून बांधा. ह्या केसाने बुचाभोवती एक किंवा दोन वेढे द्या. केसाला वजन बांधलेले असल्यामुळे तो केस सरळ राहील.

उपकरण स्थिर झाल्यावर दर्शकाचे टोक ज्या ठिकाणी स्थिर होईल, त्या ठिकाणी खूण करा.

आता केसावर किटलीतून निघणारी पाण्याची वाफ सोडा. त्यामुळे केसाची लांबी वाढेल व वजनामुळे केस खाली ओढला जाईल. ह्या केसाचे लाकडी बुचावर वेढे दिलेले असल्यामुळे बूच थोडेसे फिरेल. त्याबरोबर दर्शकदेखील पुढे सरकल्याने केसाची लांबी वाढल्याचे लक्षात येईल.

अशा प्रकारे अलगअलग वातावरणात दर्शकाने दाखवलेल्या खुणा पाहून आपण त्या दिवशीच्या वातावरणातील हवेच्या ओलाव्याबद्दलचे अनुमान काढू शकतो.

१९ गमतीदार विदूषक

हवेच्या दाबावर आधारित असे हे खेळणे आहे. डब्यात विदूषकाचे डोके लपलेले आहे. नळीतून हवा फुंकताच विदूषक आपले डोके डब्यातून वर काढतो. व हवा फुंकणे बंद करताच पुन्हा आपले डोके डब्यात लपवतो.

साहित्य :

दंडगोलाकृती डबा, डब्याच्या व्यासापेक्षा लहान व्यास असलेली पुठ्ठ्याची चकती, प्लॅस्टिकच्या बाहुलीचे डोके, एक रबरी नळी, एक लहान फुगा.

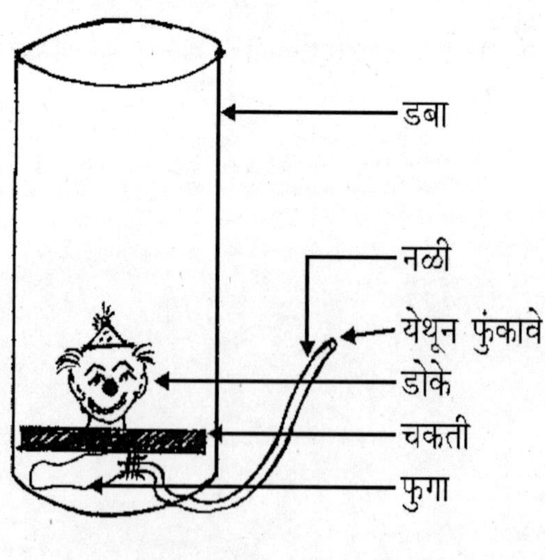

कृती :

डब्याचे झाकण व वरचा काठ काढून टाका. तेथील भाग गुळगुळीत करा. डब्याच्या तळाला खिळ्याने एक छिद्र पाडा. त्या छिद्रातून रबरी नळीचे टोक आत घाला. ह्याच टोकाला एक लहान फुगा दोऱ्याने घट्ट बांधा. नळीतून हवा फुंकली म्हणजे ती फुग्यात येऊन फुगा फुगला पाहिजे.

पुठ्ठ्याच्या गोल चकतीवर बाहुलीचे डोके चिकटवा. त्याला रंग लावून, टोपी घालून विदूषकाचा चेहरा बनवा. ही चकती डब्यात फुग्याच्या वर भूसमांतर पातळीवर ठेवा. फुग्यात हवा नसल्यामुळे चकतीच्या वजनाने फुगा दाबला जाईल. त्यामुळे विदूषकाचे डोके डब्यात लपून राहील. बाहेरून ते सहज दिसणार नाही.

नळीचे एक टोक डब्याच्या बाहेर आहे. त्यातून हवा फुंकताच डब्यातील फुगा मोठा होईल व चकतीला वर लोटेल. त्यामुळे विदूषकाचे डोके दिसू लागेल.

नळीतून हवा फुंकणे बंद केले आणि नळीतून हवा बाहेर जाऊ दिली, तर फुग्याचा आकार लहान होत जाईल व तो चपटा होईल. त्यामुळे वर आलेले विदूषकाचे डोके डब्यात खाली जाईल व दिसणार नाही.

अशा प्रकारे फुग्यात हवा भरून व हवा बाहेर सोडून विदूषकाचे डोके वर-खाली करता येईल.

२० बरणीतील कारंजे

एका जागेतील हवेचा दाब कमी झाला तर दुसऱ्या जागेतील जास्त दाबाची

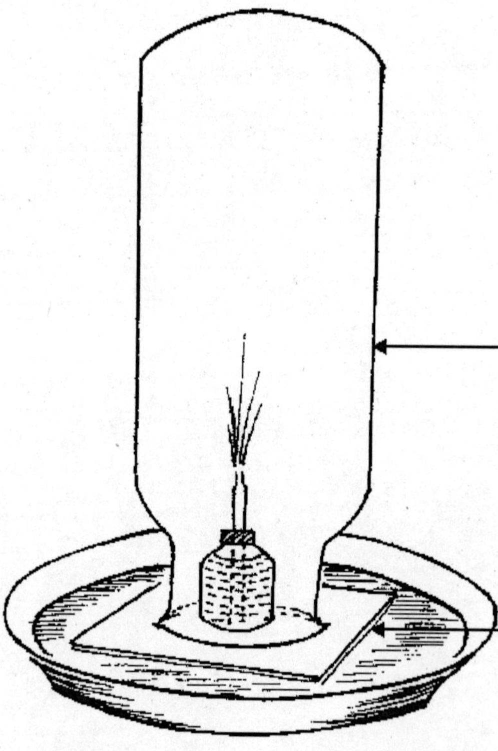

हवा ती जागा भरून काढते. दोन्ही जागांतील हवेचा दाब सारखा होतो, ह्या तत्त्वावर हा प्रयोग आधारलेला आहे.

साहित्य :

काचेची उंच व रुंद तोंडाची पारदर्शक बरणी, बरणीच्या तोंडातून आत जाऊ शकणारी काचेची लहान शिशी, लहान शिशीच्या तोंडात घट्ट बसणारे रबरी बूच, बारीक छिद्र असलेली नळी.

कृती :

एका शिशीत रंगीत पाणी भरा. त्या शिशीला छिद्र असलेले एक रबरी बूच बसवा. ह्या बुचात काचेची एक नळी घाला. ही नळी शिशीच्या बुडापर्यंत गेली पाहिजे. काचेच्या वरच्या टोकाला जेट असले पाहिजे.

एका सपाट प्लेटमध्ये वर्तमानपत्राचा कागद, दुहेरी करून व पाण्याने भिजवून सपाट पसरा. ह्या कागदाच्या मध्यभागी रंगीत पाण्याची शिशी सरळ ठेवा. शिशीत खोचलेल्या नळीच्या वरच्या टोकापेक्षा जास्त उंचीची काचेची बरणी घ्या.

ह्या बरणीत कागदाचे काही तुकडे पेटवून टाका. ते विझत आले म्हणजे ती बरणी झटकन काचेच्या शिशीवर उपडी ठेवून खालील ओल्या कागदावर दाबून धरा. थोड्याच वेळात शिशीतील रंगीत पाणी नळीतून वर येऊन कारंजाप्रमाणे उडू लागते.

ज्या वेळी आपण कागद पेटवून बरणीत टाकतो, त्या वेळी कागदाच्या ज्वलनात बरणीतील ऑक्सिजन खर्च होतो. हवेत पाचवा हिस्सा ऑक्सिजन असतो. त्यामुळे बरणीतील हवेचा पाचवा भाग रिकामा होतो.

वातावरणाच्या दाबापेक्षा बरणीतील हवेचा दाब कमी झाल्यामुळे व बाहेरील हवा आत घुसू न शकल्यामुळे बरणीतील हवेचा दाब भरून काढण्यासाठी शिशीतील पाणी नळीवाटे कारंजाप्रमाणे उडू लागते.

२१ सौर ऊर्जेवर फिरणारी भिंगरी

सूर्याच्या उष्णतेमुळे वातावरणातील हवा गरम होते. गरम झालेली हवा हलकी होते व वर जाते. तिची रिकामी झालेली जागा भरून काढण्यासाठी बाजूची थंड हवा तिथे येते. ती गरम झाली की, वर जाते. तिच्या जागी दुसरी थंड हवा

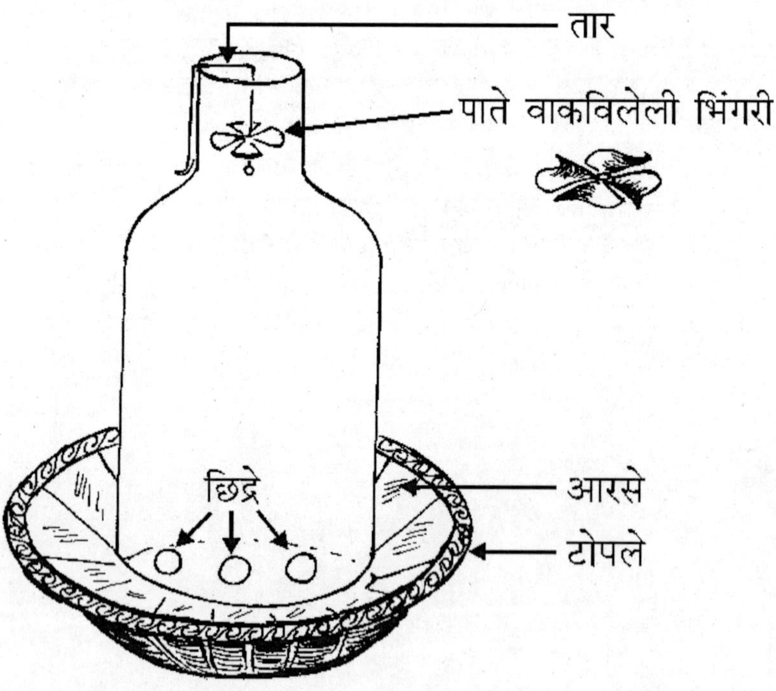

येते. अशा प्रकारे वर जाणाऱ्या हवेचा एक प्रवाह तयार होतो. ह्याच तत्त्वावर आधारलेले हे खेळणे आहे.

साहित्य :

पातळ लोखंडी पत्र्याचे एक नळकांडे, बांबूचे एक टोपले, सपाट आरसे, कागदाची भिंगरी, तार, मणी.

कृती :

पातळ पत्र्याच्या उंच नळकांड्याला वरच्या टोकाला एक निमुळते तोंड बसवा. मोठ्या नळकांड्याच्या खालच्या बाजूला चार मोठी छिद्रे कापून घ्या. ह्या छिद्रांतून थंड हवा आतमध्ये येत असते. नळकांड्याला बाहेरून काळा ऑइलपेंट लावा व ते उन्हात ठेवून वाळू द्या. काळा रंग हा उष्णतेचा ग्राहक असल्यामुळे, नळकांडे लवकर गरम होण्यास त्याची मदत होते.

बांबूच्या टोपल्याच्या तळाच्या मध्यभागी नळकांडे उभे धरून पक्के करा. पण त्याची छिद्रे बुजणार नाहीत, याची काळजी घ्या. टोपले उचलून अंगणातील उन्हात ठेवा. टोपल्यात आतील बाजूने आरसे बसवा.

आरसे बसवताना एकेक आरसा बसवा. प्रत्येक आरशावर ऊन पडून ते परावर्तित होऊन नळकांड्यावर पडेल, अशा पद्धतीने टोपल्यात आरसे बसवा. आरसा स्थिर ठेवण्यासाठी, ओल्या मातीच्या गोळ्याचा उपयोग करा. अशाच पद्धतीने सर्व आरसे पक्के करा.

एका तारेच्या तुकड्यात काचेचा मणी बसवा. त्यावर कागदाची लहान भिंगरी उलटी बसवा. तार वाकवून नळकांड्याच्या वरच्या निमुळत्या तोंडात बसवा. भिंगरी नळकांड्याच्या भिंतीला अडता कामा नये. ती अगदी सहज फिरली पाहिजे.

आरशामुळे परावर्तित झालेले ऊन नळकांड्यावर पडते. त्यामुळे नळकांडे गरम होते. त्यातील हवा गरम झाल्याने हलकी होते व वर जाते. तिची जागा भरून काढण्यासाठी खालच्या छिद्रांतून थंड हवा आत येते. तीसुद्धा गरम होऊन वर जाते.

अशा प्रकारे गरम हवेचा वर जाणारा प्रवाह तयार होतो. या हलक्या होऊन वर जाणाऱ्या हवेचा पुरावा आपल्याला कागदाच्या भिंगरीच्या फिरण्याने मिळतो. अशा प्रकारे सौर ऊर्जेमुळे भिंगरी फिरत राहते व आपणास यांत्रिक शक्ती देते.

ध्वनी

२२ नळ्यांचे झुंबर

पोकळ नळ्यांमुळे कसा मंजूळ ध्वनी निर्माण होतो, हे आपणास या खेळण्याद्वारे समजते. एक शोभेची वस्तू व करमणूक करणारे साधन म्हणून आपण त्याचा उपयोग करू शकतो.

साहित्य :

एक जाड लोखंडी वॉशर (हार्डवेअरच्या दुकानात मिळते), टी. व्ही. अँटेनाच्या

पुठ्ठ्याचे वर्तुळ

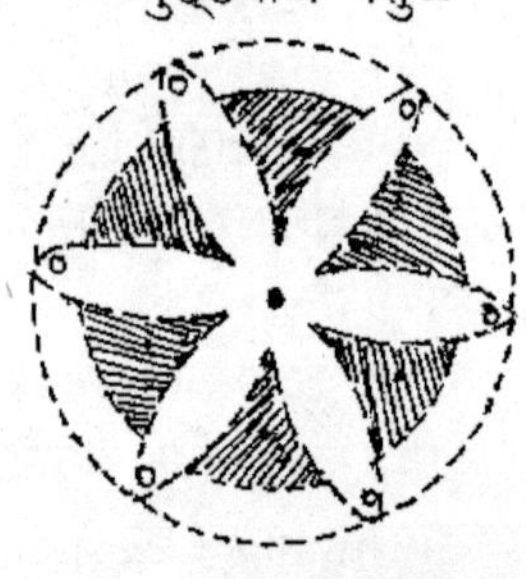

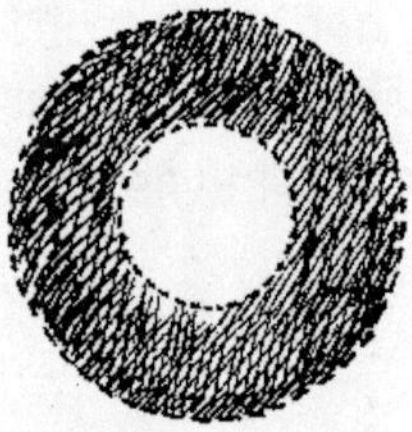

लोखंडी वॉशर

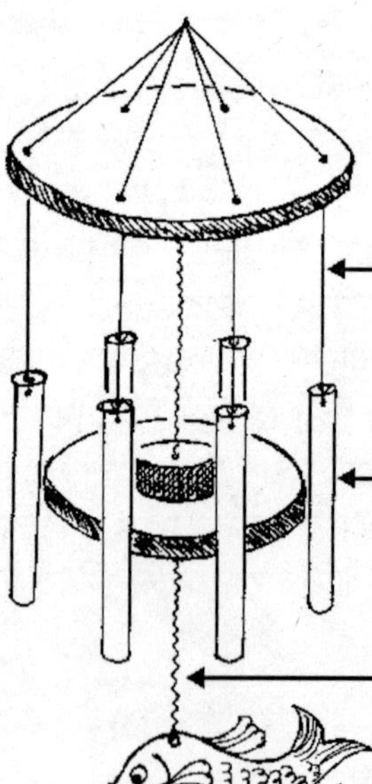

पोकळ नळ्या, जाड पुठ्ठा, दोरा, रंगीत कागद, फेव्हिकॉल.

कृती :

टी. व्ही. अँटेनाच्या पोकळ नळ्या घ्या. त्यापासून ४ इंच लांबीचे सहा तुकडे कापून घ्या. कापण्यासाठी लोखंड कापण्याची करवत वापरा. प्रत्येक नळीच्या एका टोकाला समोरासमोर दोन छिद्रे पाडा व त्यात दोरा ओवून घ्या. दोन छिद्रे पाडल्यामुळे नळी टांगल्यावर सरळ उभी राहते.

अशा प्रकारे सहा नळ्यांना दोरे बांधून घ्या. हार्डवेअरच्या दुकानातून लोखंडी वॉशर विकत आणा. त्याला मध्यभागी मोठे छिद्र असते. त्यात लाकडाचा गोल तुकडा घट्ट दाबून बसवा. खिळ्याच्या सपाट बाजूला तार अडकवून लाकडाच्या मध्यभागी तारेसकट हा खिळा ठोका. खिळा आरपार निघाला पाहिजे.

वॉशरच्या व्यासापेक्षा किंचित मोठ्या व्यासाचे पुठ्ठ्याचे वर्तुळ कापून घ्या. ह्या वर्तुळाच्या परिघाजवळ समान अंतरावर सहा छिद्रे पाडा. पुठ्ठ्याला रंगीत कागद लावून सुशोभित करा. ह्या छिद्रांत नळ्यांचे समान लांबीचे दोरे बांधा.

वर्तुळाच्या मध्यबिंदूजवळ एक छिद्र पाडा व त्यात एक दोरा अडकवा. ह्या दोऱ्याला लोखंडी वॉशरचा खिळा बांधा. नळ्या लोंबत्या धरल्यावर वॉशर त्यांच्या मध्यभागी आला पाहिजे. वॉशरच्या खिळ्याच्या खालच्या टोकाला एक दोरा बांधून त्याला एक पुठ्ठ्याची रंगीत मासोळी बांधा.

पुठ्ठ्याच्या वर्तुळाला वरच्या बाजूने सहा दोरे बांधून एकत्र करा. त्याला वर टांगण्यासाठी एकच दोरा बांधा. म्हणजे झुंबर तयार झाले. खिडकीत हे झुंबर टांगले की, हवेच्या झोताने पुठ्ठ्याची मासोळी हलते. त्यामुळे वॉशर हलते व शेजारच्या नळ्यांवर आदळते व त्यापासून मंजूळ ध्वनी निर्माण होतो.

२३ ध्वनीपेटी

मंजूळ ध्वनी निर्माण होण्यासाठी, बारीक तंतू छेडावे लागतात. हा ध्वनी मोठा होण्यासाठी त्याला पोकळीची आवश्यकता भासते. म्हणून गिटार, व्हायोलिन, एकतारी, तंबोरा अशी जी वाद्ये असतात, त्यांना भोपळा किंवा पोकळ पेटी जोडलेली असते. अशीच एक ध्वनीपेटी आपण खेळणे म्हणून तयार करू.

साहित्य :

पुठ्ठ्याचे किंवा पातळ प्लायवूडचे एक छोटे खोके, काही रबरबँड, पुठ्ठ्याचा त्रिकोणी तुकडा.

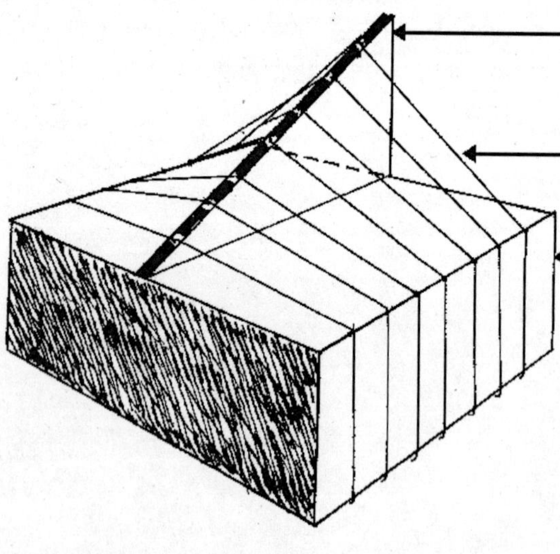

कृती :

पातळ प्लायवूडचे खोके सर्व बाजूंनी बंद करून घ्या. त्याच्या वरच्या पृष्ठभागावर त्रिकोणी आकाराचा एक पुठ्ठ्याचा तुकडा उभा चिकटवा. एक रबरबँड घेऊन तो त्रिकोणी तुकड्यावरून खोक्याभोवती ताणून बसवा. त्याच्या शेजारी दुसरा रबरबँड तशाच पद्धतीने बसवा.

अशा प्रकारे सहा-सात रबरबँड आकृतीत दाखवल्याप्रमाणे बसवा. सर्व रबरबँड ताणलेले असावेत.

त्रिकोणी तुकड्यामुळे प्रत्येक रबरबँडची उंची वेगवेगळी झालेली आहे. तसेच त्यांच्या लांबीतसुद्धा फरक आहे. बारीक काडी घेऊन क्रमाक्रमाने सर्व रबरबँड छेडले असता, प्रत्येकाच्या कंप पावण्यामुळे प्रत्येकाचा आवाज वेगवेगळा निघतो. हा आवाज खालील रिकाम्या खोक्यात घुमतो व मोठा होतो. तो ऐकण्यास गोड वाटतो.

सर्व रबरबँड कमी-जास्त छेडून त्यातून वेगवेगळे आवाज आपण ऐकू शकतो. अशा प्रकारे ही ध्वनीपेटी म्हणजे आपले आगळे-वेगळे खेळणेच आहे.

२४ एक वेगळे वाद्य

व्यवहारात आपण अनेक वाद्ये पाहतो. त्यांचा आवाज ऐकतो. प्रत्येकाचे वेगवेगळे वैशिष्ट्य असते. तशाच प्रकारचे एक गमतीदार वाद्य आपण तयार करू व त्याची मजा लुटू.

साहित्य :

सरबताच्या शिशीसारखी काचेची शिशी, शिशीच्या उंचीपेक्षा थोडी जास्त उंच काचेची किंवा प्लॅस्टिकची सरळ नळी, पाणी.

कृती :

काचेच्या लांबट शिशीत ३/४ भाग पाणी भरा. ह्या पाण्यात काचेची नळी बुडवा. मात्र नळीचे पाण्यातील टोक शिशीच्या तळाला टेकू देऊ नका.

शिशी एका हातात धरा व नळीच्या बाहेरच्या टोकाला शिट्टीप्रमाणे वाजवा. वेगळ्याच आवाजाची शिट्टी ऐकू येईल. नळी किंचित वर उचलून फुंका. या वेळी आवाज वेगळा येईल.

अशा प्रकारे नळी पाण्यात बुडवून किंवा वर ओढून आवाजात बदल करता येईल. जर तुम्हाला कौशल्य प्राप्त करायचे असेल, तर शिशीतील पाण्यात नळी बुडवून व वरच्या तोंडाजवळ कमी जास्त जोराने फुंकून त्यातून एखाद्या गाण्याची धूनसुद्धा वाजवता येईल.

कमी खर्चात घरच्या घरी हे वाद्य तयार करून पाहा व त्यावर आपल्या आवडीचे गाणे वाजवण्यास शिका.

२५ ध्वनीचा प्रवास

एखादी वस्तू कंप पावली असता ध्वनी निर्माण होतो. भांडे फरशीवर आदळले म्हणजे आवाज होतो. घंटेवर टोल मारला की, आवाज तयार होतो.

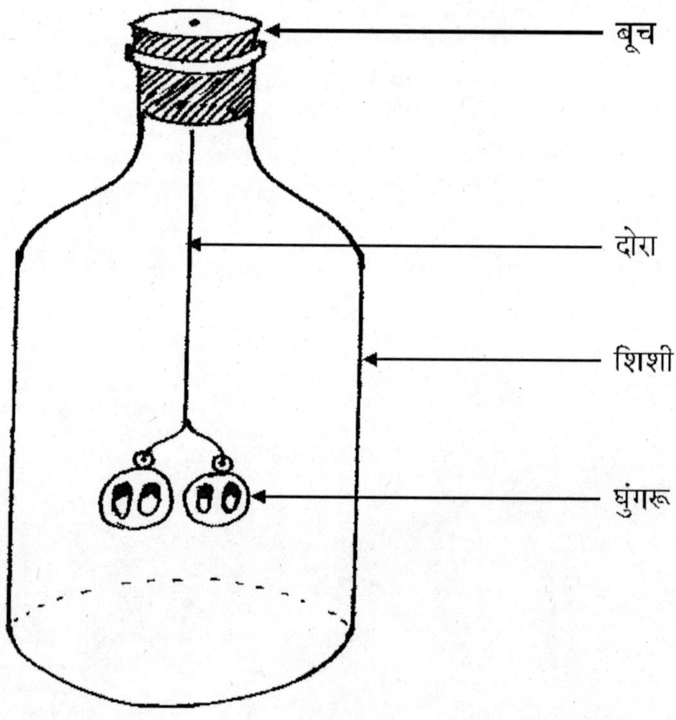

अशा प्रकारे निरनिराळ्या प्रकारचे आवाज आपण ऐकत असतो. हा आवाज आपणास ऐकू येतो म्हणजे काय होते? हे समजण्यासाठी हा प्रयोग आहे.

साहित्य :
पक्के रबरी बूच असलेली काचेची पारदर्शक शिशी, दोरा, दोन छोटे घुंगरू.

कृती :
दोन घुंगरू दोऱ्याने शेजारी शेजारी बांधा. दोरा हलवल्यानंतर ते एकमेकांवर आपटतात व त्यांचा आवाज आपणास ऐकू येतो. घुंगराला लांब दोरा बांधून त्याला शिशीत टांगून धरा व रबरी बूच शिशीला घट्ट बसवा.

शिशी हातात धरून ती हळूहळू हलवा. दोरासुद्धा हलेल व घुंगरू एकमेकांवर आपटताना दिसतील, पण त्यांचा आवाज मात्र ऐकू येणार नाही. आवाज आलाच, तर तो अगदी क्षीण ऐकू येईल.

शिशीत टाकण्याच्या अगोदर घुंगरांचा आवाज मोठ्याने ऐकू येत होता, पण शिशीत टाकून बूच लावल्यानंतर मात्र तो क्षीण झाला. ह्याचे कारण असे आहे की, वस्तू कंप पावली असता तिच्या आवाजाची कंपने हवेत उमटतात. हवेची ही कंपने प्रवास करीत करीत आपल्या कानाच्या पडद्यावर आदळतात व आपणास त्या आवाजाची जाणीव होते. जर ही कंपनेच तयार झाली नाहीत किंवा कानापर्यंत आलीच नाहीत तर आवाजाची जाणीव होत नाही.

घुंगरू जरी वाजत असले तरी शिशीला बूच घट्ट लावल्याने त्यांच्या आवाजाची कंपने शिशीच्या बाहेर येतच नाहीत. त्यामुळे त्यांच्या आवाजाची जाणीव आपल्या कानाला होत नाही. म्हणून तो ध्वनी आपणास ऐकू येत नाही.

प्रकाश

२६ एकाच देव्हाऱ्यात दोन देव

एकाच देव्हाऱ्यात एकाच ठिकाणी आळीपाळीने दोन देव दिसतात. एकदा पाहिले तर विष्णू दिसतात, पुन्हा पाहिले तर शंकर दिसतात. हा चमत्कार नाही, तर प्रकाश परावर्तनाचा खेळ आहे.

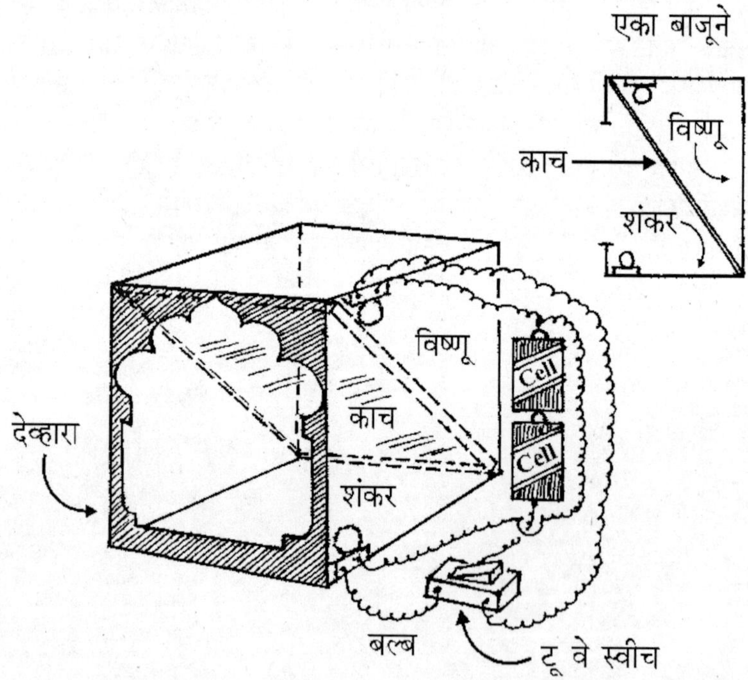

साहित्य :

पुठ्ठ्याचे एक चौकोनी खोके, त्याच्या कर्णाएवढ्या लांबी-रुंदीची पारदर्शक काच, होल्डरसहित दोन छोटे बल्ब, दोन टॉर्च सेल, वायर व सारख्या आकाराचे विष्णू आणि शंकराचे फोटो, टू वे स्विच.

कृती :

खोक्याच्या समोरच्या बाजूला चौकोनी खिडकी कापून घ्या. ह्या खिडकीतून आतमध्ये पाहायचे आहे. खिडकीच्या समोर खोक्याच्या आतील बाजूस विष्णूचा फोटो चिकटवा. खोक्याच्या तळाच्या बाजूला आतून शंकराचा फोटो चिकटवा. खोक्याला आतून काळा रंग लावा.

शंकराच्या फोटोवर उजेड पडण्यासाठी खिडकीच्या खाली आतील बाजूने एक बल्ब बसवा. विष्णूच्या फोटोवर उजेड पडण्यासाठी खोक्याच्या वरच्या बाजूला आतून दुसरा बल्ब बसवा. बल्बचे वायरिंग करताना टू वे स्विच वापरा. त्यामुळे एक बल्ब विझला की ताबडतोब दुसरा बल्ब लागतो. वायरला दोन टॉर्च सेल जोडा.

इतकी तयारी झाल्यावर खोक्याची वरची बाजू उघडा व त्यातून पारदर्शक काच एका कोपऱ्यापासून दुसऱ्या कोपऱ्यापर्यंत तिरपी बसवा. काच कोणत्या कोनात बसवायची व वायरिंग कसे करायचे हे आकृतीवरून लक्षात येईल. टू वे स्विच खोक्याला बाहेरून बसवा. खोक्याची वरची बाजू बंद करा. खोक्यात अंधार पडला पाहिजे.

सेल जोडून टू वे स्विच चालू केला तर वरचा बल्ब लागतो व त्याचा प्रकाश विष्णूच्या फोटोवर पडतो. खिडकीतून पाहिले असता समोर विष्णूचा फोटो दिसतो.

टू वे स्विच बंद केला म्हणजे वरचा बल्ब विझतो व खालचा बल्ब लागतो. त्याचा प्रकाश शंकराच्या फोटोवर पडतो. तिरप्या पारदर्शक काचेमुळे त्याची प्रतिमा परावर्तित होऊन खिडकीतून आपणास विष्णूच्या ठिकाणी दिसते. या वेळी विष्णूच्या फोटोवर अंधार असल्याने तो दिसत नाही. त्यामुळे विष्णूचेच रूपांतर शंकरात झाले असे वाटते.

पुन्हा टू वे स्विच चालू केला की, शंकर अदृश्य होऊन विष्णू दिसू लागतात. खिडकीला देव्हाऱ्याचा आकार द्यावा.

या उपकरणात पारदर्शक काच अंधारात असल्यामुळे आरशाप्रमाणे प्रकाश परावर्तनाचे काम करते आणि ती काच ४५ अंशाच्या कोनात बसवल्याने खालील शंकराचा फोटो परावर्तनाने समोर दिसतो.

२७ रॉकेलचा टॉर्च

रॉकेलच्या कंदिलाप्रमाणे याचा उपयोग करता येतो, पण आकार मात्र टॉर्चप्रमाणे असल्याने याचा प्रकाश सर्व बाजूंनी न पडता त्याचे तोंड जिकडे असेल तिकडे पडतो.

साहित्य :

फेस पावडरचा मोठा रिकामा दंडगोलाकृती डबा, छोट्या शिशीपासून तयार केलेला रॉकेलचा दिवा, डब्यात मावेल असा एक गोल आरसा, एक मोठे बहिर्गोल भिंग.

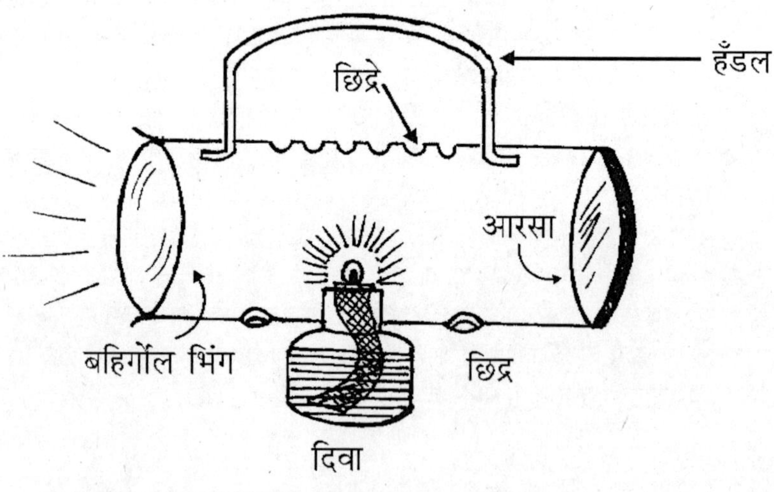

कृती :

फेस पावडरचा रिकामा डबा घ्या. त्याचे बूड काढून टाका. तसेच तोंडाकडील भाग कापून अलग करा. डबा आडवा ठेवून त्याच्या मध्यभागी रॉकेलच्या दिव्याची वात जाऊ शकेल एवढे छिद्र पाडा. ह्या छिद्राच्या दोन्ही बाजूला आणखी दोन छिद्रे पाडा. ह्यातून हवा आत येईल व दिव्याची ज्योत विझू देणार नाही.

ह्या तीन छिद्रांच्या समोरच्या बाजूला खिळ्याने लहानलहान सात-आठ छिद्रे पाडा. ह्या छिद्रांतून गरम हवा व अशुद्ध वायू बाहेर पडतील.

डब्याच्या खालच्या बाजूच्या छिद्रातून दिव्याच्या वातीची नळी आत घाला. दिव्याच्या शिशीत रॉकेल भरून तो डब्याला बांधून घ्या.

डब्याच्या उघड्या असलेल्या दोन तोंडापैकी एकावर एक मोठे बहिर्गोल भिंग बसवा. दुसऱ्या तोंडाकडून गोल आरसा बसवा. त्याचा परावर्तक पृष्ठभाग डब्याच्या आत असावा. हा टॉर्च हातात धरण्यासाठी वरच्या बाजूला जाड तारेचे हँडल बसवा. टॉर्च तयार झाला.

खालच्या बाजूला असलेल्या एका छिद्रातून पेटती काडी आत घालून वात पेटवा. ज्योतीचा प्रकाश बहिर्गोल भिंगामुळे एकत्र होऊन बाहेर पडतो. त्याचप्रमाणे मागील बाजूने वाया जाणारा प्रकाश गोल आरशामुळे परावर्तित होऊन तोसुद्धा समोर येतो. त्यामुळे समोरच्या बाजूला बराच तेजस्वी प्रकाश मिळतो.

२८ पिंजऱ्यातील पोपट

या खेळण्यात आपणास फक्त पिंजरा दिसतो व दुसऱ्या क्षणी त्यात पोपट बसलेला दिसतो. तिसऱ्या क्षणाला फक्त रिकामा पिंजरा दिसतो.

साहित्य :

टॉनिकच्या बाटलीचे पुठ्ठ्याचे रिकामे खोके, त्याच्या एका बाजूवर बसेल अशा मापाचा चौरसाकृती काचेचा पारदर्शक तुकडा. ट्रेसिंग पेपरचे काचेच्या आकाराचे दोन तुकडे, एक छोटा बल्ब, सेल, वायर, रंग, ब्रश.

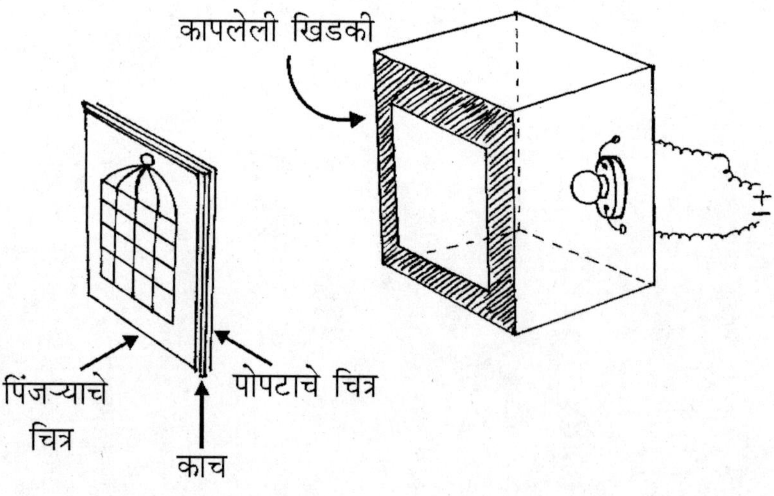

कृती :

पुठ्ठ्याच्या खोक्याला एका बाजूने चौरसाकृती छिद्र कापून घ्या. ह्या छिद्रावर काच ठेवून पाहा. नंतर ट्रेसिंग पेपरचा एक तुकडा घ्या व त्यावर काळ्या रंगाच्या पेनाने रिकाम्या पिंजऱ्याचे चित्र काढा. दुसऱ्या ट्रेसिंग पेपरच्या तुकड्यावर पोपटाचे चित्र काढा व त्यात रंगीत स्केचपेनने रंग भरा.

काचेच्या एका बाजूने पिंजऱ्याचे चित्र असलेला कागद चिकटवा. दुसऱ्या बाजूने पोपटाचे चित्र असलेला ट्रेसिंग पेपर चिकटवा. पिंजऱ्याचे चित्र बाहेरच्या बाजूला राहील. अशा रीतीने ही काच खोक्याच्या चौकोनी छिद्रावर ठेवा व चारही बाजूंनी चिकटपट्टीने डब्याला चिकटवून टाका. खोक्याला आतून काळा रंग द्या.

खोक्याच्या आत काचेसमोरच्या बाजूला एक छोटा बल्ब लावा. त्याच्या वायरची टोके खोक्याच्या बाहेर आणून ठेवा. हा बल्ब बंद असताना काचेवरील फक्त पिंजरा दिसतो. वायरच्या टोकांना सेल जोडला की, बल्ब प्रकाशित होतो. त्याचा प्रकाश पोपटाच्या चित्रातून पिंजऱ्याच्या चित्रापर्यंत येतो. त्यामुळे पाहताना पिंजऱ्यात पोपट बसलेला दिसतो. बल्ब विझवला म्हणजे फक्त पिंजरा दिसतो.

अशा प्रकारे बल्ब चालू-बंद करून तुम्हाला तुमच्या मित्राला एक मजेदार खेळणे दाखवता येईल.

२९ चंद्राच्या कला कशा दिसतात?

अमावस्येपासून चंद्राचा आकार मोठामोठा होत जातो. पौर्णिमेला त्याचा पूर्ण गोल दिसतो. त्यानंतर दर दिवशी त्याचा आकार लहानलहान होत जातो व अमावस्येला तो अजिबात दिसत नाही. या उपकरणाद्वारे आपणास हे प्रत्यक्षात पाहता येते.

साहित्य :

पुठ्ठ्याचे चौकोनी खोके, प्लॅस्टिकचा चेंडू, सायकलच्या चाकाचा स्पोक, दोन छोटे बल्ब, टॉर्च सेल.

कृती :

प्लॅस्टिकचा चेंडू घेऊन त्याच्यात सायकलचा स्पोक आरपार घाला. स्पोकच्या

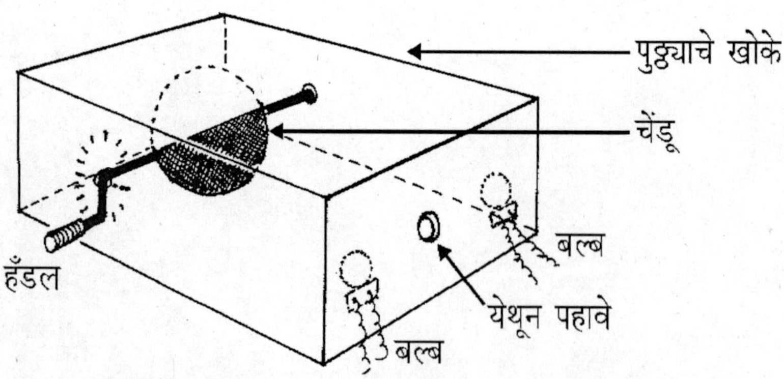

एका टोकाला हँडलप्रमाणे आकार द्या. चेंडूचा अर्धा पृष्ठभाग पांढऱ्या ऑइलपेंटने रंगवा व राहिलेला अर्धा भाग काळ्या ऑइलपेंटने रंगवा. पुठ्ठ्याच्या खोक्याला आतून काळा रंग द्या. खोक्याच्या समोरासमोरच्या बाजूंना दोन भोके पाडून त्यात आकृतीत दाखवल्याप्रमाणे स्पोकची टोके घाला. चेंडू खोक्यात असला पाहिजे.

चेंडूच्या समोर खोक्याला एक गोल छिद्र पाडा. ह्या छिद्रातून आपण चेंडूचे निरीक्षण करणार आहोत. ह्या छिद्राच्या दोन बाजूंना खोक्याच्या आतून दोन बल्ब बसवा. दोन्ही बल्बच्या वायर खोक्याच्या बाहेर घेऊन त्यांना टॉर्च सेल जोडा. दोन्ही बल्ब लागतील व त्यांचा प्रकाश आतील चेंडूवर पडेल.

हा चेंडू म्हणजे चंद्र आहे, अशी कल्पना करून आपण त्याचे निरीक्षण करणार आहोत. आपण पाहत असलेल्या छिद्रासमोर जेव्हा चेंडूचा पांढरा भाग येईल तेव्हा तो पूर्ण गोल पांढरा दिसेल, यालाच आपण पौर्णिमा म्हणू.

खोक्याच्या बाहेरील हँडल फिरवून चेंडू किंचित फिरवला म्हणजे गोल चंद्राचा एकीकडील पांढरा भाग कमी होईल. हँडल आणखी फिरवले म्हणजे काळा भाग वाढत जाईल व पांढरा भाग लहान होत जाईल. शेवटी पांढरा भाग नाहीसा होऊन पूर्ण काळा भाग दिसेल. हाच अमावस्येचा चंद्र समजावा.

खोक्याच्या हँडलभोवती १५ खुणा अर्धवर्तुळाकार केल्या व त्यांना तिथींची नावे दिली, तर कोणत्या तिथीला चंद्र कसा दिसतो, हे सांगता येईल.

३० दृष्टिसातत्य

आपण जेव्हा एखादी वस्तू पाहतो, त्या वेळी त्या वस्तूची प्रतिमा आपल्या डोळ्यांच्या आतील पडद्यावर तयार होते व त्याची संवेदना मेंदूपर्यंत पोहचते. ह्या दृश्य प्रतिमेचा परिणाम आपल्या डोळ्यांत १/१० सेकंदापर्यंत कायम राहतो.

ती वस्तू पाहिल्यानंतर आपण जरी डोळे मिटून घेतले तरी ती प्रतिमा डोळ्यांसमोर रेंगाळत राहते. ह्या १/१० सेकंदात जर आणखी प्रतिमा डोळ्यांत उमटल्या, तर त्यांचा एकत्रित दृश्य परिणाम आपण पाहत आहोत असे वाटते. ह्या भौतिक घटनेला दृष्टिसातत्य असे म्हणतात.

सिनेमा पाहत असताना एकाच दृश्याच्या थोड्याथोड्या फरकाने घेतलेल्या

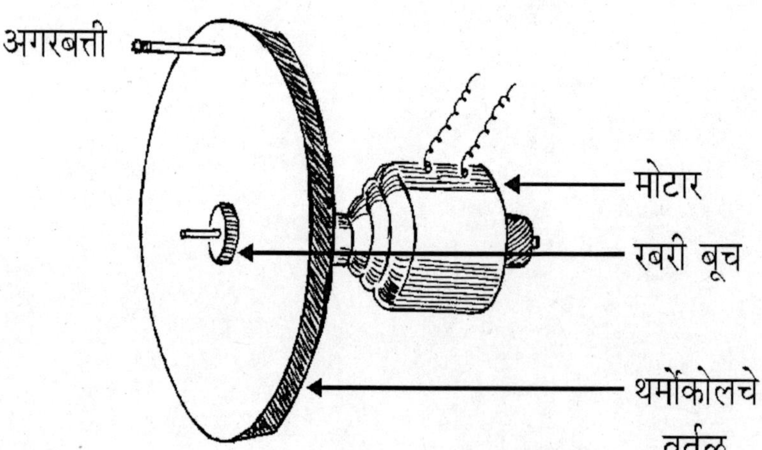

फोटोच्या चौकटी आपल्या डोळ्यांसमोरून वेगाने सरकत असतात. त्यामुळे पडद्यावर ते पात्र हालचाल करताना दिसते. हेच तत्त्व अगदी सोप्या रीतीने दाखवता येते.

साहित्य :

टॉर्च सेलवर फिरणारी छोटी मोटार, थर्मोकोलपासून कापलेले गोल वर्तुळ, दोन रबरी बुचे, उदबत्तीचा लहान तुकडा, वायरचे दोन तुकडे, आगपेटी.

कृती :

सेलवर चालणाऱ्या मोटारीच्या कण्याला थर्मोकोलचे गोल वर्तुळ घट्ट बसवा. ते हलू नये म्हणून त्याच्या मागून-पुढून रबरी बुचे बसवा. उदबत्तीचा लहान तुकडा घ्या. त्याचे एक टोक पेटवा व दुसरे टोक वर्तुळाच्या परिघात दाबून बसवा. मोटारला सेल जोडून मोटार सुरू करा.

थर्मोकोलचे वर्तुळ उदबत्तीसह वेगाने फिरू लागेल. खोलीत अंधार करा. फिरणाऱ्या पेटलेल्या उदबत्तीकडे टक लावून पाहा. उदबत्तीचे टोक न दिसता गोल वर्तुळ दिसते. दृष्टिसातत्यामुळे हे घडते.

चुंबकत्व

३१ खेळणाऱ्या बाहुल्या

चुंबकाच्या 'आकर्षण' या गुणधर्मावर आधारलेले हे खेळणे आहे. त्यासाठी पुढील साहित्य गोळा करावे.

साहित्य :
पांढरा कार्ड पेपर, रंग, कात्री, एक चुंबक, मोठी सपाट काच, लाकडी पट्टी, साधा कागद, डिंक, लोखंडी टिकल्या.

दुहेरी कागदाची घडी

कृती :

पोस्टकार्डाच्या आकाराचे पांढऱ्या कार्डपेपरचे चार तुकडे घ्या. प्रत्येक तुकड्याची घडी घाला. घडी घातलेल्या पेपरवर आकृतीत दाखवल्याप्रमाणे मुलीची आकृती काढा. तिची बाह्यरेषा कापून घेऊन त्याची घडी उलगडा म्हणजे पूर्ण आकृती तयार होईल. अशा रीतीने चार आकृत्या तयार करा व त्यात वेगवेगळे रंग भरा.

प्रत्येक बाहुलीच्या पायांना खालून लोखंडी टिकल्या चिकटवा. यासाठी सायकलच्या दुकानात नटबोल्टला लावण्यासाठी छोटेछोटे वॉशर मिळतात ते वापरा. एका बाहुलीच्या हाताचा पंजा दुसऱ्या बाहुलीच्या हाताच्या पंजाला डिंकाने चिकटवून बाहुल्यांचे गोल वर्तुळ तयार करा.

फोटोफ्रेमिंगची मोठी काच घेऊन तिच्या एका बाजूला साधा कागद चिकटवून टाका. त्यामुळे ती काच अपारदर्शक होईल. जमिनीपासून थोड्या उंचीवर राहू शकेल, अशा पद्धतीने ही काच ठेवा. तिची कागद चिकटवलेली बाजू जमिनीकडे ठेवा. तयार केलेले चार बाहुल्यांचे वर्तुळ ह्या काचेवर ठेवा.

एक शक्तिमान चुंबक एका लाकडी पट्टीच्या टोकावर ठेवून ते दोऱ्याने बांधून घ्या. चुंबक काचेच्या खाली राहील अशा तऱ्हेने पट्टी हातात धरून काचेखाली फिरवा. चुंबकामुळे लोखंडी टिकल्या आकर्षिल्या जातात. आपण चुंबक जसा मागेपुढे करू तशा ह्या बाहुल्या काचेवर फेर धरून नाचू लागतात.

काच गुळगुळीत असल्याने टिकली व काच यांचे घर्षण फार कमी होते व बाहुल्या काचेवर अगदी सहज फिरतात.

३२ लोखंड जमा करणारी गाडी

आपल्याला अनेक विद्युत्-चुंबकीय प्रयोगात बारीक लोहकीसाचे काम पडते. प्रयोगशाळेत लोहकीस असतो. पण घरगुती प्रयोगात आपण लोहकीस आणणार कोठून? असा प्रश्न पडतो. अशा वेळी लोहकीस जमा करणारी गाडी आपला प्रश्न सोडवते. पाहिजे तेवढा लोहकीस आपल्याला मिळू शकतो.

साहित्य :
रेडिओ किंवा टेपरेकॉर्डरच्या स्पीकरला मागच्या बाजूने गोल चुंबके असतात.

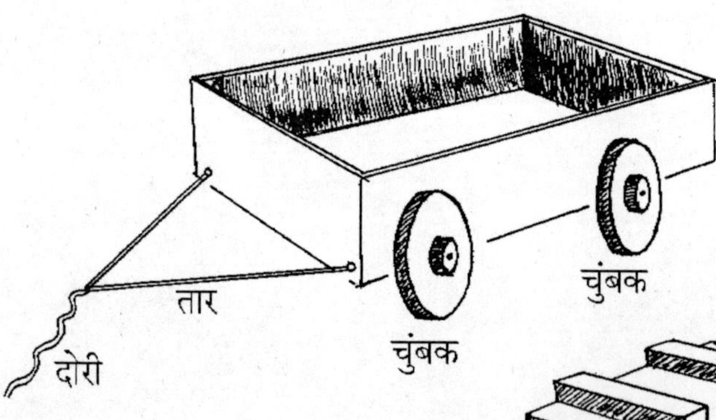

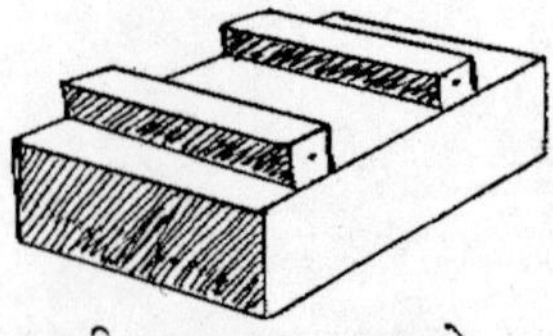

गाडी खालच्या बाजूने.

रेडिओ दुरुस्तीच्या दुकानात अशी चुंबके कमी किमतीत मिळू शकतात. तशी सारख्या आकाराची चार चुंबके आणा. याशिवाय, औषधे ठेवण्याचे पुठ्ठ्याचे खोके, दोन लाकडी चौकोनी पट्ट्या या साधनांचीही आवश्यकता आहे.

कृती :

औषधाची बाटली ठेवण्याचे चौकोनी खोके घ्या. ते सर्व बाजूंनी बंद करा. टेबलावर आडवे ठेवून त्याचा वरचा चौकोनी भाग कापून काढा. त्याच्या खालच्या बाजूला दोन चौकोनी लाकडी पट्ट्या आडव्या चिकटवा. ह्या पट्ट्यांना चाके जोडायची आहेत.

चाके तयार करण्यासाठी चार गोल चुंबके घ्या. त्यांना मध्यभागी मोठे छिद्र असते. त्यात नरम लाकूड बसवून बंद करा. त्या लाकडाला मध्यभागी छिद्र पाडा. ह्या छिद्रात खिळा बसवून तो लाकडी पट्टीच्या टोकात बसवा. अशा प्रकारे पट्ट्यांच्या चार टोकांना चार चाके बसवा. अशी आपली ट्रॉली तयार झाली.

ह्या ट्रॉलीला समोरच्या बाजूला दोन छिद्रे पाडून त्यात दोरा बांधा. हा दोरा हातात धरून गाडी ओढा. ही गाडी बारीक रेतीतून, काळ्या मातीतून ओढत न्या.

रेती आणि मातीत असणारा बारीक लोहकीस गाडीच्या चाकांना चिकटतो व चाके जड होतात. तो लोहकीस हाताने काढून गाडीत टाका. पुन्हा गाडी ओढणे सुरू करा. पुन्हा चाकावर कीस जमा होईल. तो पुन्हा गाडीत टाका.

अशा प्रकारे थोड्याच वेळात गाडीत बराच कीस जमा होईल. तो आपणास इतर प्रयोगात वापरता येईल.

३३ चुंबकीय क्षेत्राचा नकाशा

कोणत्याही चुंबकाला त्याच्या प्रभावाखाली येणारे चुंबकक्षेत्र असते. ह्या क्षेत्रात जर दुसरी चुंबकसुई आणली, तर तिच्यावर प्रभाव पडून ती विचलित होते. ह्या क्षेत्राचा नकाशा दृश्य स्वरूपात कसा तयार करता येतो ते पाहू.

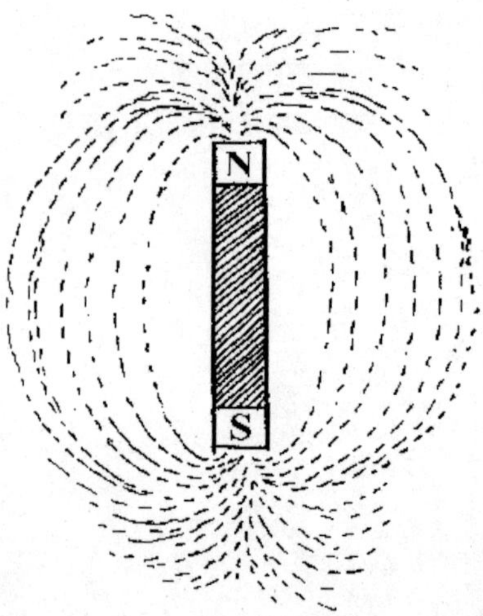

नालाकृती चुंबक

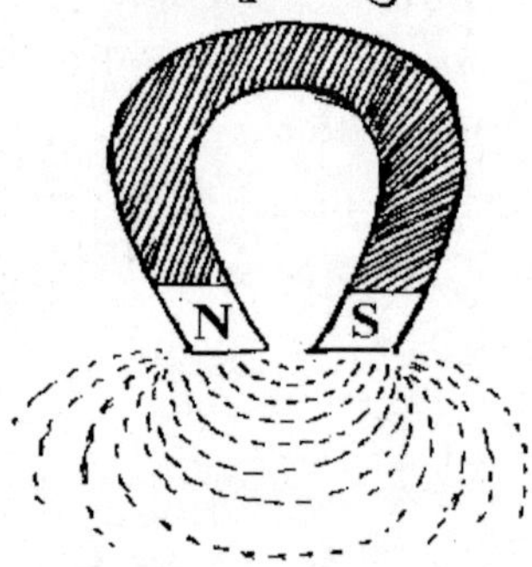

विजातीय ध्रुव जवळजवळ

साहित्य :

एक मोठा पट्टीचुंबक, एक नालाकृती चुंबक, दोन लहान पट्टीचुंबक, लोखंडाचा कीस, व्हिनेगार, पांढरा कागद.

कृती :

प्रथम पट्टीचुंबक लाकडी टेबलावर ठेवा. त्यावर जाड पांढरा कागद ठेवा. ह्या कागदावर बारीक लोहकीस एकसारखा पसरा. कागदावर चुंबकीय क्षेत्राच्या रेषा तयार होतील. कागदावर टिचकी मारून आणि थोडा लोहकीस टाकून त्या अधिक स्पष्ट करता येतील.

सर्व तयारी झाल्यावर उंचावरून ह्या लोहकिसावर व्हिनेगारचा फवारा मारा. म्हणजे लोहकीसाच्या रेषा विस्कळीत होणार नाहीत. कागदाला धक्का न लावता रात्रभर तसेच राहू द्या.

व्हिनेगार म्हणजे ॲसेटिक ॲसिड असते. ते लोहकिसावर रात्रभर राहिल्यामुळे लोहकीस गंजतो व त्याचे पिवळे डाग कागदावर पडतात.

दुसऱ्या दिवशी कागद उचलून तिरपा करून त्यावर टिचक्या मारा. लोहकीस खाली गळून पडेल, पण त्याच्या खुणा मात्र कागदावर कायमच्या उमटलेल्या असतील. अशा प्रकारे अलगअलग चुंबकांचे नकाशे तयार करून त्याचा संग्रह करता येईल.

विजातीय ध्रुव जवळजवळ ठेवून, सजातीय ध्रुव जवळजवळ ठेवून, दोन चुंबके काटकोनात ठेवून अशा वेगवेगळ्या पद्धतींनी चुंबके ठेवून त्यांचे नकाशे मिळवणे, ही करमणुकीची व ज्ञानात भर घालणारी चांगली कृती होईल.

३४ दूर पळणारी गाडी

प्रत्येक चुंबकाला दोन ध्रुव असतात. एक दक्षिण ध्रुव व दुसरा उत्तर ध्रुव. दोन चुंबकांचे विजातीय ध्रुव जर जवळ आणले, तर ते एकमेकाला चिकटतात; पण जर सजातीय ध्रुव जवळ आणले, तर ते एकमेकांना दूर लोटतात. हाच गुणधर्म आपण थोडा मनोरंजक पद्धतीने पाहू शकतो.

साहित्य :

पुठ्ठ्याचा छोटा खोका, चार लहानलहान चाके, दोन प्रबळ पट्टीचुंबके.

कृती :

पुठ्ठ्याच्या खोक्याला चार चाके बसवून त्याची गाडी तयार करा. चाके बसवून गाडी कशी तयार करायची, याची कृती आपण बऱ्याच प्रयोगात पाहिली आहे. त्याप्रमाणे गाडी तयार करावी. ही गाडी सपाट पृष्ठभागावर ठेवून लोटली असता अगदी सहज पळाली पाहिजे.

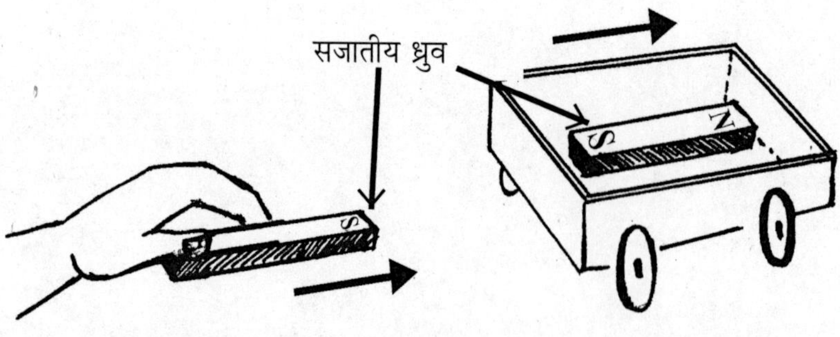

ह्या गाडीत प्रबळ चुंबकपट्टी ठेवा व गाडी टेबलावर ठेवा. गाडीच्या मागच्या बाजूला चुंबकपट्टीचा दक्षिण ध्रुव असेल. दुसऱ्या चुंबकपट्टीचा उत्तर ध्रुव हातात धरून दक्षिण ध्रुव गाडीजवळ आणावा म्हणजे सजातीय ध्रुव जवळजवळ येतील.

चुंबकाच्या गुणधर्माप्रमाणे सजातीय ध्रुव एकमेकांना दूर लोटतात. या नियमानुसार हातातील चुंबकापासून गाडी दूर पळण्याचा प्रयत्न करेल. चुंबकपट्टी आणखी जवळ आणली की, ती आणखी दूर पळते. याप्रमाणे हातातील चुंबक आणखी आणखी जवळ आणून गाडी सारखी पळती ठेवता येईल.

यावरून सजातीय ध्रुव एकमेकांना दूर लोटतात, हे दाखवता येईल.

३५ डोलणारे कार्टून

चुंबकीय आकर्षणामुळे एक कार्टून अधांतरी दोऱ्यावर तरंगते व हलत राहते. लहान मुले हे पाहण्यात गुंग होतात. हे कार्टून तयार करण्यास सोपे व मजेदार आहे.

साहित्य :

एक शक्तिमान चुंबक (जुन्या स्पीकरमधील गोल चुंबक घेतला तरी चालेल), लोखंडी पातळ पत्रा, बांबूच्या दोन कामट्या, मातीचा गोळा, लाकडी बैठक.

कृती :

प्रथम कार्टून तयार करू. लोखंडी पातळ पत्र्यावर आकृतीत दाखवल्याप्रमाणे कार्टूनचा आकार काढून घ्या. त्याच्या बाह्यरेषेवर कात्रीने कापून घ्या व त्याला ऑइलपेंटने रंगवा. तळाशी एक बारीक छिद्र पाडा. त्यात दोरा बांधा.

आणखी एका पद्धतीने कार्टून तयार करता येते. कार्डपेपरवर कार्टूनचा आकार काढा. त्यात रंग भरा. कार्टूनचा बाह्य आकार कापून घेऊन कार्टून अलग करा. पातळ लोखंडी वॉशर घेऊन ते कार्टूनच्या मागील बाजूस चिकटवा. खालच्या बाजूला बारीक दोरा बांधा.

एक लाकडी सपाट बैठक घ्या. तिच्या एका बाजूला ओल्या मातीचा गोळा ठेवा. त्यामध्ये बांबूची कामटी उभी बसवा. ह्या कामटीच्या वरच्या टोकाला दुसरी कामटी आडवी लावून पक्की बांधा. आडव्या कामटीच्या समोरच्या टोकाला गोल चुंबक आकृतीत दाखवल्याप्रमाणे दोऱ्याने टांगा.

सपाट बैठकीवर एक बारीक खिळा ठोका व त्याला कार्टूनचा दोरा बांधा. दोरा ताठ होईपर्यंत कार्टून वर उचला. कार्टूनच्या वरच्या बाजूला थोडे अंतर सोडून चुंबक येईल, अशा पद्धतीने चुंबक टांगा. चुंबक कार्टूनला स्पर्श न करता त्याला वर ओढत राहील.

हवेचा झोत आला की, टांगलेला चुंबक हलतो. त्याच्याबरोबर कार्टूनसुद्धा डोलू लागते.

विद्युत

३६ घिरट्या घालणारी मधमाशी

ह्या खेळण्यात एका उमललेल्या लाल फुलावर मधमाशी येते व लगेच दूर जाते, पुन्हा येते, पुन्हा जाते – असे हे खेळणे आहे.

साहित्य :

अगदी छोटा प्लॅस्टिकचा चेंडू, रंगीत कागद, जाड लोखंडी खिळा, वाइंडिंग वायर, कार्डपेपर, रंग, बैठक, बांबूच्या दोन कामट्या, टॉर्च सेल.

कृती :

आपण प्रथम मधमाशी तयार करू. छोटा प्लॅस्टिकचा चेंडू कापून त्याचे दोन समान भाग करा. रंगीत कागदाचे दोन पंख तयार करून एका भागाला चिकटवा. समोरच्या बाजूला दोन डोळे काढा व दोन मिशा चिकटवा. योग्य ते रंग वापरून मधमाशी तयार करा.

चेंडूच्या आत चुंबकाची गोल वडी चिकटवून टाका. वरच्या बाजूला लांब दोरा बांधा. मधमाशी तयार झाली.

फूल तयार करण्यासाठी आकृतीत दाखवल्याप्रमाणे कार्डपेपरमधून पाच-सहा पाकळ्या कापून घ्या. त्यांना लाल रंग द्या.

कार्डपेपरची एक नळी तयार करून तिला पिवळा रंग द्या. ह्या नळीच्या एका टोकाकडून थोडे अंतर सोडून तयार केलेल्या पाकळ्या वर्तुळाकार चिकटवा, म्हणजे फूल तयार होईल.

विद्युत्चुंबक तयार करण्यासाठी जाड लोखंडी खिळ्यावर वाइंडिंग वायरचे ५०-६० वेढे द्या. तारेची टोके ब्लेडने घासून चकचकीत करा. ह्या दोन टोकांना टॉर्चचे दोन सेल जोडा. वेढे दिलेल्या खिळ्याला सुई, टाचणी चिकटवून पाहा. ते

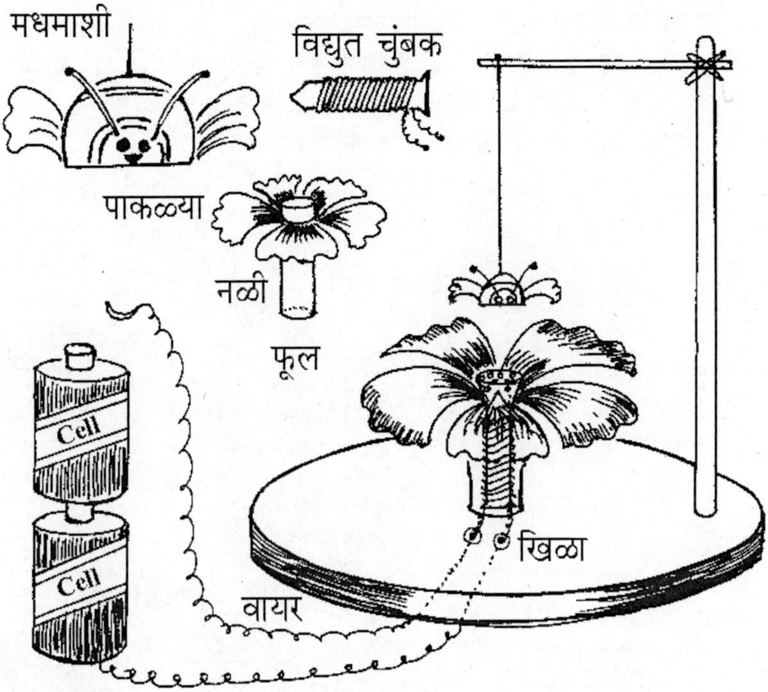

जर चिकटले, तर विद्युतचुंबक तयार झाला. सेल काढून घ्या.

आकृतीत दाखवल्याप्रमाणे एका लाकडी बैठकीवर फुलाचा आकार ठेवा व पक्का करा. खिळ्याचा तयार केलेला विद्युत्‌चुंबक फुलाच्या नळीत उभा ठेवा. त्याच्या वायरची दोन टोके खालून बाहेर काढा. बैठकीवर दोन लहान खिळे ठोकून त्यांना ते गुंडाळा.

बैठकीच्या एका बाजूला एक काडी पक्की उभी करा. तिला दुसरी आडवी काडी दोऱ्याने पक्की बांधा. ह्या काडीच्या दुसऱ्या टोकाला दोरा बांधलेली मधमाशी बांधा. ती स्थिर झाल्यावर फुलाच्या मध्यभागी असलेल्या खिळ्यावर आली पाहिजे. पण ती फुलाला स्पर्श करावयास नको. फक्त लोंबकळत राहावयास हवी.

बैठकीवर असलेल्या दोन खिळ्यांना दोन वायरचे तुकडे जोडा. ह्या वायरच्या टोकांना दोन सेल जोडताच खिळ्यात चुंबकत्व येते.

ह्या चुंबकाचा ध्रुव आणि मधमाशीतील चुंबकवडीचा ध्रुव जर सजातीय असतील तर मधमाशी एकदम फुलापासून दूर पळेल, जर विजातीय असतील तर

ती त्याच ठिकाणी स्थिर राहील. अशा वेळेस सेलला जोडलेल्या वायरच्या टोकांची अदलाबदल करा. विद्युत्प्रवाह बंद असताना मधमाशी फुलावर येईल. सेलच्या टोकाला वायर लावताच दूर पळेल. वायर दूर केली की, पुन्हा फुलावर येईल. अशा प्रकारे सेलला वायर लावून व दूर करून हा खेळ खेळता येतो.

३७ पाहा जमते का?

साध्या विद्युत्मंडळावर आधारलेले हे खेळणे आहे. या खेळण्याशी खेळण्यात केवळ लहान मुलेच तल्लीन होतात, असे नाही; मोठ्यांनासुद्धा या खेळण्याशी खेळावेसे वाटते.

साहित्य :

टॉर्चमध्ये वापरतात तसे दोन सेल, ३ व्होल्टचा एक छोटा बल्ब, त्याचे होल्डर, वायरचे तुकडे, दोन फूट लांबीची जाड तार, रबरबँड, पुठ्ठ्याचे खोके.

कृती :

जाड कागदावर एकामागे एक असे दोन सेल ठेवा. कागद गोल फिरवून त्याभोवती घट्ट गुंडाळा. गुंडाळीला एक रबरबँड बसवा. सेलच्या दोन टोकांना दोन वायरचे तुकडे जोडा. ते जोडताना वायरच्या टोकावरील आवरण काढण्यास विसरू नका.

सेलला जोडलेली वायरची टोके निसटू नयेत, म्हणून त्यावर दोन-तीन रबरबँड ताणून बसवा. हे सेल पुठ्ठ्याच्या खोक्यात ठेवा. फक्त वायरची मोकळी टोके खोक्याबाहेर ठेवा.

ओल्या मातीचे दोन गोळे घ्या. त्यांच्यात बांबूच्या दोन कामट्या उभ्या टोचा. लोखंडी तारेचा जाड तुकडा वेडावाकडा वाकवा. त्याची दोन टोके बांबूच्या उभ्या कामट्यांना वरच्या बाजूला दोऱ्याने बांधा.

दोन गोळ्यांमधील अंतर दीड फूट असावे.

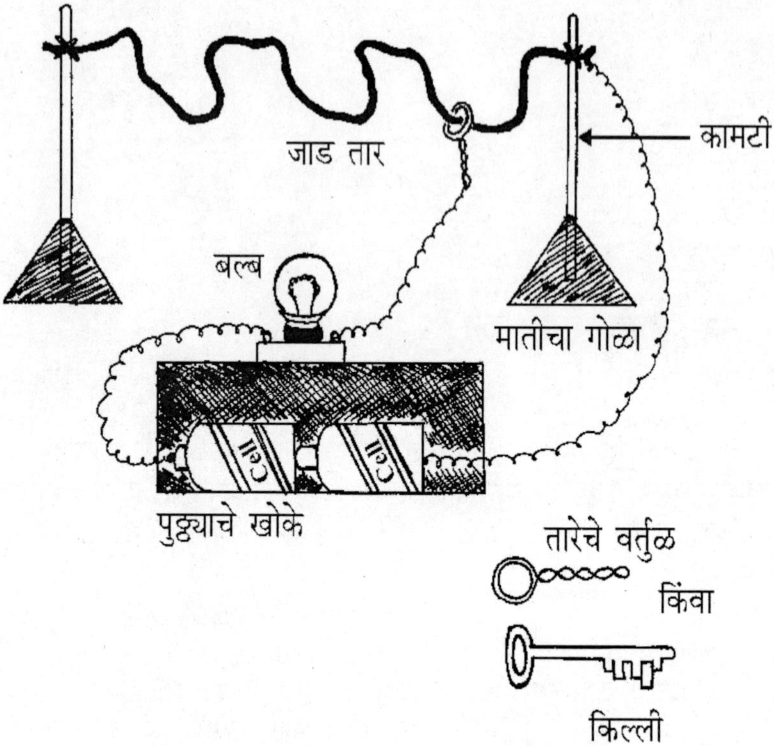

बारीक लोखंडी तारेचे छोटे वर्तुळ तयार करा. त्याला धरण्यासाठी हँडलसुद्धा तयार करा. जाड लोखंडी तारेत हे वर्तुळ ओवून घ्या. त्यासाठी एका बाजूची तार कामटीपासून वेगळी करून घ्यावी लागेल व पुन्हा बांधावी लागेल.

खोक्यावर बल्बचे होल्डर पक्के करा. त्यात बल्ब बसवा.

आकृतीत दाखवल्याप्रमाणे सेल्सच्या दोन वायरींपैकी एक वायर होल्डरच्या एका स्क्रूला जोडा.

होल्डरच्या दुसऱ्या स्क्रूला वायरचा लांब तुकडा जोडा व त्याचे दुसरे टोक लोखंडी वर्तुळाच्या हँडलला जोडा.

खोक्यातून निघालेली दुसरी वायर कामटीला बांधलेल्या जाड तारेला जोडा. अशा प्रकारे ही जोडणी पूर्ण झाली.

ज्या वेळी गोल वर्तुळाचा जाड तारेला स्पर्श होईल, त्या वेळी सर्किट पूर्ण होऊन बल्ब प्रकाशमान होईल.

बल्ब न लागू देता जो कोणी ते गोल वर्तुळ जाड तारेच्या एका टोकापासून दुसऱ्या टोकापर्यंत नेईल तो जिंकला, असे समजावे. कारण जाड तार वेडीवाकडी आहे. तिच्यातून वर्तुळ सरकवताना कुठेतरी स्पर्श होतो व बल्ब लागतो. मग दुसऱ्याने प्रयत्न करावयाचा. अशा प्रकारे हसत-खेळत हा खेळ खेळता येतो.

३८ फॅरेडेचा प्रयोग

तांब्याच्या तारेच्या वेटोळ्याच्या सान्निध्यात एखादा चुंबक आणला किंवा वेटोळ्यातून दूर केला, तर त्या वेटोळ्यात विद्युत्प्रवाह तयार होतो. ह्या प्रवाहामुळे चुंबकसुई मागे-पुढे हलते, हे सर्वांत प्रथम 'मायकेल फॅरेडे' या शास्त्रज्ञाने दाखवून दिले.

ह्याच तत्त्वाचा उपयोग करून विद्युत्जनित्राचा शोध लागला.

साहित्य :

बांगडीच्या आकाराच्या पुठ्ठ्याच्या दोन रिंगा, वाइंडिंग वायर, छोटी चुंबकसुई असलेली डबी, बैठक, एक प्रबळ चुंबक.

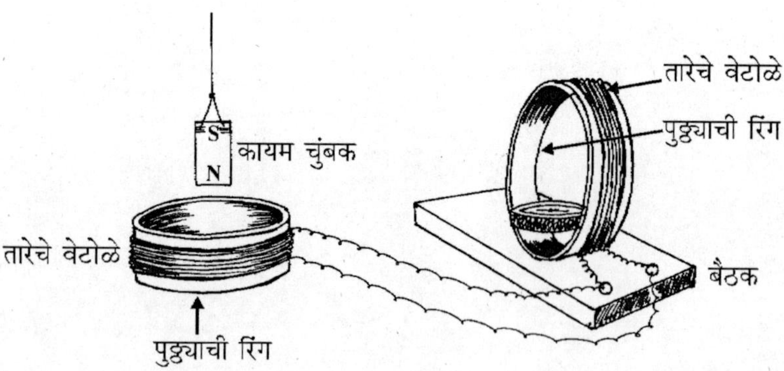

कृती :

बांगडीच्या आकाराची पुठ्ठ्याची रिंग घ्या. हिचा गोल भाग दीड इंच रुंद असावा. ह्या रुंद वक्रपृष्ठभागावर वाइंडिंग वायरचे शंभर वेढे द्या. वेढे निसटू नयेत म्हणून ते बारीक दोऱ्याने बांधून घ्या. अशाच प्रकारे दुसऱ्या पुठ्ठ्याच्या रिंगवर वाइंडिंग वायर गुंडाळा.

चौकोनी लाकडी बैठकीवर वायर गुंडाळलेली एक रिंग उभी ठेवून चिकटपट्टीने चिकटवून घ्या. बैठकीच्या एका बाजूला दोन लहान खिळे ठोका. वेटोळ्यावरील वाइंडिंग वायरची टोके घासून स्वच्छ करा व खिळ्याभोवती गुंडाळा. वेटोळ्याच्या आत चुंबकसुईची डबी क्षितिज-समांतर पातळीवर ठेवा.

दुसऱ्या वेटोळ्याच्या दोन वायरची टोके घासून स्वच्छ करा. त्यांना वायरचे दोन लांब तुकडे जोडून दूर ठेवा. लांब वायरची दोन टोके बैठकीवरील खिळ्यांना जोडा. अशा प्रकारे विद्युतमंडळ पूर्ण झाल्यावर एका प्रबळ चुंबकपट्टीला दोरा बांधा. दोरा हातात धरा व टेबलावर आडव्या ठेवलेल्या वेटोळ्यात चुंबक टाका. चुंबक वेटोळ्यात जाताना डबीतील चुंबकसुई एकदम हलते. चुंबक वर काढतानासुद्धा चुंबकसुई उलट दिशेने हलते.

यावरून चुंबकसुईभोवती चुंबकीय क्षेत्र तयार होत असले पाहिजे, असे लक्षात येते. आडव्या वेटोळ्यात चुंबक आत बाहेर केल्यामुळे हे चुंबकक्षेत्र तयार होते.

याचा अर्थ असा होतो की, वेटोळ्यात चुंबक घातला असता किंवा बाहेर काढला असता वेटोळ्यात विद्युतप्रवाह निर्माण होतो.

३९ उड्या मारणारा फुगा

ह्या खेळण्यात आपण दोन गमती करणार आहोत. एक म्हणजे साबणाच्या पाण्याचे फुगे तयार करणार आहोत आणि ह्या फुग्यांना घर्षणविद्युत्च्या साहाय्याने नाचवणार आहोत.

साहित्य :
एक वाटी, साबण, नळी, थोडीशी साखर, एक मोठा कंगवा.

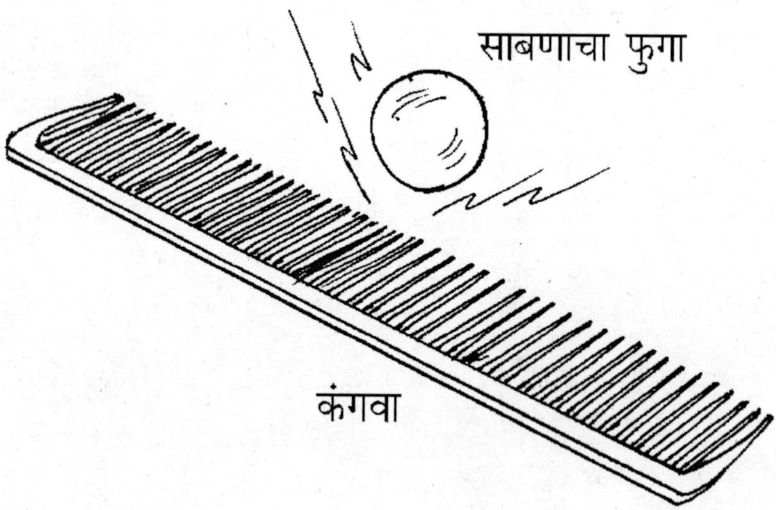

कृती :

साबणाचे फुगे तयार करणे, मोठी मनोरंजक गोष्ट आहे. मोठी माणसेसुद्धा फुगे तयार करण्यात रंगून जातात. चांगले फुगे तयार करण्यासाठी एका वाटीत साबणाचा चुरा घेऊन त्यात थोडे पाणी घालून तो चुरा पाण्यात संपूर्ण विरघळवा. अगदी छान द्रावण तयार झाले की, त्यात थोडे पाणी घाला व थोडी साखर घाला.

साखर घातल्यामुळे फुगे जास्त टिकाऊ बनतात. साखर विरघळल्यानंतर त्या द्रावणात दोऱ्याच्या रिळाची रिकामी नळी बुडवून फुगा तयार करा. दोन-चार फुगे तयार करून पाहा. ते चांगले तयार झाल्यानंतर पुढीलप्रमाणे प्रयोग करा.

एक मोठा कंगवा घ्या. तो २० सेकंदापर्यंत वूलनच्या कापडाने घासा. त्यामुळे कंगवा स्थिर विद्युत्‌भारित होईल. ह्या कंगव्यावर नळीच्या साहाय्याने साबणाचा फुगा तयार करून सोडा. फुगा कंगव्यावर टेकतो व थांबतो, पण नंतर वर उडी मारतो. पुन्हा कंगव्यावर बसतो. पुन्हा उडी मारतो. असे तो बऱ्याच वेळा करतो.

विद्युत्‌भारित कंगव्यावर फुगा पहिल्यांदा आकर्षणामुळे चिकटतो. कंगव्याला स्पर्श झाल्यावर कंगव्यावरील विद्युत फुग्यावर येते व दोन्ही विद्युत सजातीय झाल्यामुळे त्यांच्यात प्रतिकर्षण घडून येते व फुगा वर उडतो. नंतर त्याची विद्युत कमी झाल्याने पुन्हा तो कंगव्याकडे ओढला जातो व पुन्हा विद्युत भारित होऊन वर उडी मारतो. ही त्याची उडी मारण्याची क्रिया सारखी चालूच राहते.

४० विद्युत् प्रतिमा

ज्या तारेमधून विद्युत्प्रवाह वाहत आहे, त्या तारेभोवती चुंबकीय क्षेत्र तयार होते व त्याला लोखंडाचा बारीक कीस चिकटतो, हे दाखवणारे हे खेळणे आहे.

साहित्य :

दोन सारख्या आकाराचे पुठ्ठे, एक जाड पांढरा कागद, लोखंडाचा कीस, तांब्याची तार, टॉर्चचे सेल.

कृती :

दोन पुठ्ठ्यांपैकी एक पुठ्ठा घ्या. त्यावर आकृतीत दाखवल्याप्रमाणे माणसाच्या

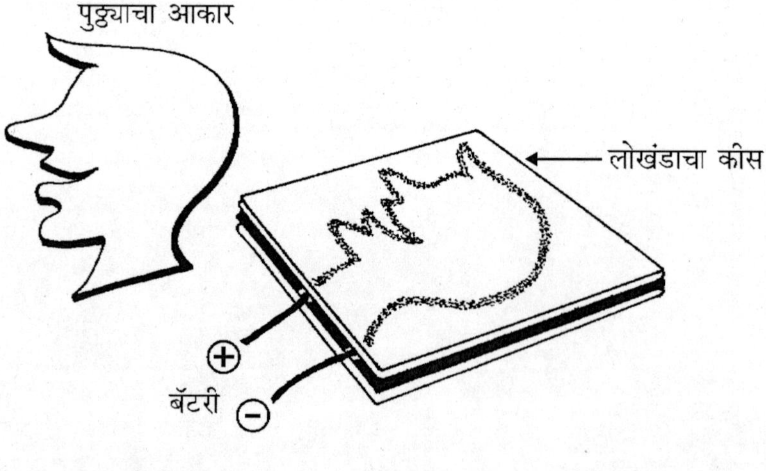

डोक्याची बाह्यरेषा काढा. ही आकृती काळजीपूर्वक कापून अलग करा. ह्या आकृतीच्या पाठीमागच्या बाजूला फेव्हिकॉल लावा व दुसऱ्या पुठ्ठ्याच्या मध्यभागी ती व्यवस्थित दाबून चिकटवा.

तांब्याची जाड तार घेऊन ती कापलेल्या आकृतीभोवती दाबून बसवत चला. मानेच्या एका कोपऱ्यापासून सुरू करून केसावरून, कपाळावरून, नाक, तोंड, हनुवटी व शेवटी मानेचे दुसरे टोक अशी ती तार गुंडाळा.

तार अगदी पद्धतशीर बसली, याची खात्री झाल्यावर तिची दोन्ही टोके पुठ्ठ्याबाहेर ठेवून त्यावर पांढरा कागद चिकटवा. पांढऱ्या कागदाच्या खाली तार असेल, अशी कोणाला शंकासुद्धा येणार नाही.

मित्रांना जवळ बोलवा. त्यांना पांढरा कागद दाखवा. जादूच्या साहाय्याने त्यावर चित्र काढतो, असे सांगा. त्याच वेळी तांब्याच्या तारांच्या टोकांना टॉर्च सेलची वायर जोडा. पांढऱ्या कागदावर बारीक लोहकीस टाका. थोड्याच वेळात लोहकिसाच्या साहाय्याने कागदावर चेहरा उमटतो व तुमच्या मित्रांना आश्चर्य वाटते.

विद्युत्प्रवाह बंद केला, तर चेहरा नाहीसा होतो. लोहकीस सारखा पसरण्यासाठी कागदावर बोटाने हळूहळू टिचक्या मारा. सेलचा प्रवाह चालू असेपर्यंत टिचक्या मारल्या तरी लोहकीस विस्कळीत होत नाही, पण प्रवाह बंद केल्यावर टिचकी मारल्यास आकृती विस्कळीत होते.

४१ उड्या मारणारे बेडूक

घर्षण विद्युत्च्या आकर्षण - प्रतिकर्षणाच्या तत्त्वावर आधारलेले हे खेळणे आहे. दोन पदार्थांचे घर्षण झाल्यावर धनविद्युत आणि ऋणविद्युत तयार होते.

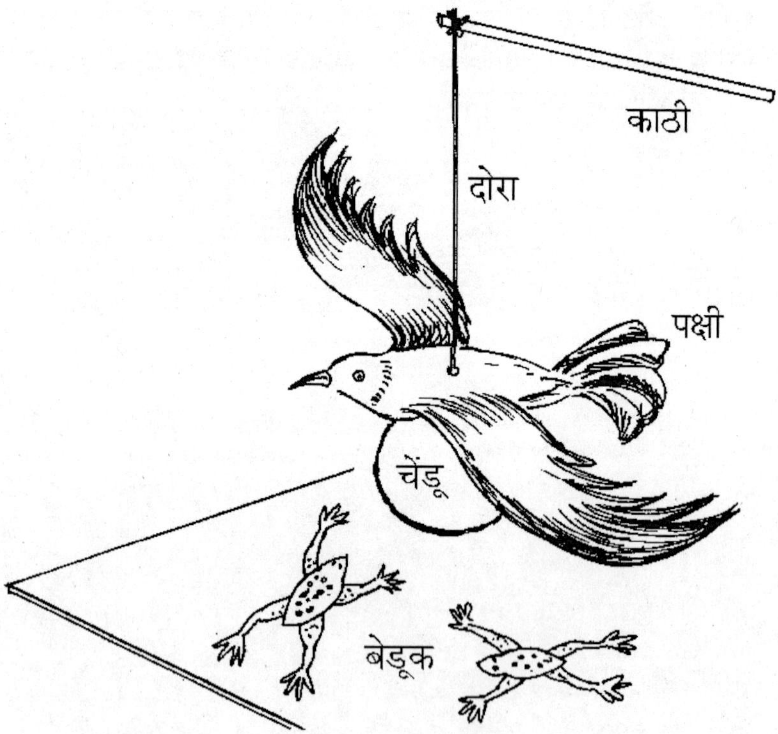

विजातीय विद्युतमध्ये आकर्षण असते व सजातीय विद्युतमध्ये प्रतिकर्षण असते.

साहित्य :

रंगीत पतंगी कागद, जाड कार्डबोर्ड, टेबल टेनिसचा एक चेंडू, वूलनचे कापड, रंगीत कार्डबोर्ड, दोरा.

कृती :

रंगीत पतंगी कागदाच्या एकावर एक अशा घड्या घाला. वरच्या कागदावर बेडकाचा आकार काढा. ह्या आकारावर सर्व कागद एकत्र कापा. कापलेले आकार सुटे करा. अनेक बेडूक तयार होतील. ते सर्व हिरव्या रंगाच्या कार्डबोर्डवर पसरून ठेवा.

टेबल टेनिसचा चेंडू घेऊन त्याला बारीक छिद्र पाडा. त्या छिद्रात दोरा घालून त्यात चेंडू अडकवा. आकृतीत दाखवल्याप्रमाणे पिवळ्या कार्डपेपरपासून उडणाऱ्या पक्ष्याचा आकार कापून घ्या. त्या आकाराच्या मध्यभागी एक छिद्र पाडा. ह्या छिद्रातून चेंडूचा दोरा ओवून घ्या. त्यामुळे टेबल टेनिसचा चेंडू पक्ष्याच्या पोटाशी येईल.

दोऱ्याचे टोक एका काठीला बांधा. काठीला धरून हा लोंबकळलेला पक्षी इकडे तिकडे फिरवता येईल.

खेळ सुरू करण्याअगोदर वूलनच्या कापडाने चेंडू अर्धा मिनिट जोरजोराने घासा. त्यामुळे चेंडूमध्ये ऋणविद्युत तयार होईल. घासणे संपल्याबरोबर काठीने धरून पक्षी व चेंडू बेडकांच्या आकारावर हलवा. त्यामुळे कागदी बेडकांमध्ये चैतन्य येईल व ते हलू लागतील.

त्यापैकी काही बेडूक वर चेंडूपर्यंत उड्या मारतील व पुन्हा पटकन खाली पडतील. पुन्हा उड्या मारतील. जोपर्यंत चेंडूमध्ये ऋणविद्युत आहे, तोपर्यंत हा खेळ चालू राहील. थोड्या वेळाने बेडकांचे उड्या मारणे बंद होईल.

खेळ पुन्हा सुरू करण्यासाठी चेंडू पुन्हा वूलनच्या कापडाने घासा. अशा प्रकारे कितीही वेळ हा खेळ खेळता येतो.

४२ साधी विद्युत्-चुंबकीय मोटार

अगदी सोप्या पद्धतीने आपण फिरणारी विद्युत्-चुंबकीय मोटार तयार करू शकतो.

साहित्य :

एक प्रबळ चुंबक (रेडिओच्या जुन्या स्पीकरमध्ये असतो तोसुद्धा चालू शकतो) वाइंडिंग वायर, टॉर्चचे दोन सेल, लाकडी बैठक, वायरचे तुकडे.

कृती :

उदबत्तीच्या एका गोल पुड्यावर वाइंडिंग वायरचे ५०-६० वेढे गुंडाळा. गोल

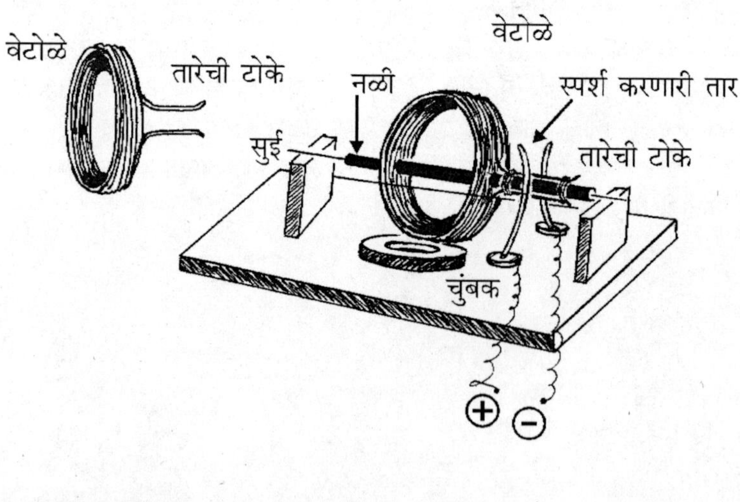

पुड्यावरून वायरचे वेटोळे अलग काढून घ्या. ते निसटू नये म्हणून ते ३ ते ४ ठिकाणी बारीक दोऱ्यांनी बांधून घ्या.

आकृतीत दाखवल्याप्रमाणे ह्या वेटोळ्यामधून बॉलपेनची रिकामी नळी आरपार घाला. ही नळी वेटोळ्याला दोऱ्याने बांधून घ्या. ही नळी वेटोळ्याच्या बाहेर एका बाजूकडून थोडी लांब ठेवा. दुसऱ्या बाजूकडून थोडीशीच बाहेर ठेवून बाकीची नळी कापून टाका.

वेटोळ्याच्या वायरची दोन टोके मोकळी आहेत. ती ब्लेडने घासून चकचकीत करा. ही दोन टोके समोरासमोर येतील, अशा रीतीने बॉलपेनच्या नळीवर दोऱ्याने घट्ट बांधा. हा फिरणारा भाग तयार झाला.

एका लाकडी बैठकीवर दोन लाकडी पट्ट्या उभ्या बसवा. वेटोळ्याच्या नळीत एक लांब सुई आरपार घाला. नळीच्या दोन्ही बाजूने सुई बाहेर आली पाहिजे. सुईची टोके दोन लाकडी पट्ट्यांवर ठेवून चिकटवून टाका.

बॉलपेनची नळी व वेटोळे ह्या सुईच्या कण्याभोवती फिरेल. बॉलपेनला बांधलेल्या तारांच्या टोकांना घासून स्पर्श करतील, अशा रीतीने दोन लवचीक तारा लाकडी बैठकीवर बारीक खिळ्याने पक्क्या करा. वेटोळ्याच्या खाली लाकडी बैठकीवर एक चुंबक ठेवा व तो बैठकीवर चिकटपट्टीने चिकटवून टाका.

स्पर्श करणाऱ्या तारांच्या खिळ्यांना वायरचे दोन तुकडे जोडा व दोन सेल जोडा. विद्युत्प्रवाह सुरू होताच वेटोळे गरगर फिरू लागते व आपली मोटार सुरू होते.

सेलमधील विद्युत्प्रवाहामुळे वेटोळ्यात चुंबकक्षेत्र तयार होते व खाली ठेवलेल्या चुंबकामुळे आकर्षण - प्रतिकर्षण होऊन वेटोळे गरगर फिरू लागते.

४३ चालू-बंद होणारा दिवा

पाण्याच्या थेंबामुळे उघडझाप करणारा दिवा आपोआप कार्यरत होतो. विविध ठिकाणी आपणास या तत्त्वाचा उपयोग करता येईल. जसे - राक्षसाचे तोंड तयार करून त्याच्या डोळ्याच्या ठिकाणी दोन लाल बल्ब बसवले व त्यांची सतत उघडझाप होऊ दिली, तर आणखी मजा येते.

साहित्य :

सलाइनची शिशी व नळी, एक लाकडी बैठक, एक छोटे झाकण, लोखंडी पट्ट्या, वायर, सेल, बल्ब.

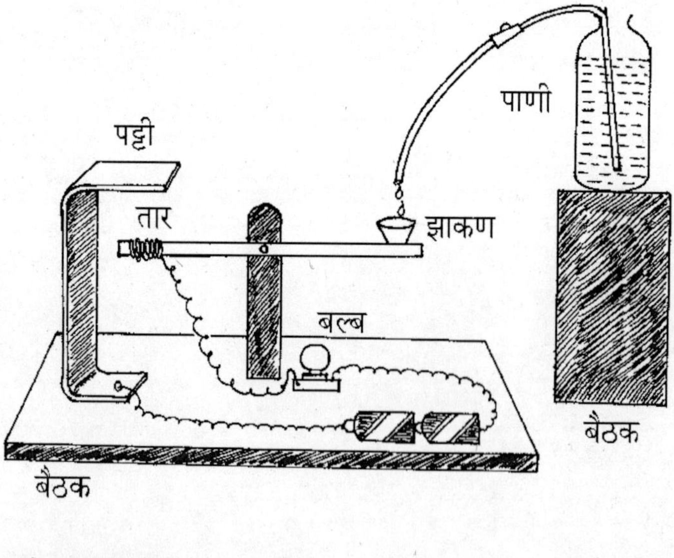

कृती :

एका लाकडी बैठकीवर एका बाजूला एक लोखंडी चकचकीत पट्टी काटकोनात वाकवून पक्की उभी करा. तिच्यापासून थोड्या अंतरावर एक लाकडी पट्टी उभी करा. ह्या उभ्या पट्टीला बारीक खिळ्याच्या साहाय्याने एक बारीक लाकडी पट्टी आडवी ठोका. ही पट्टी तराजूच्या दांडीप्रमाणे वर खाली व्हावयास पाहिजे. ह्या पट्टीच्या एका टोकाला एक छोटे झाकण बसवा.

दुसऱ्या टोकाला तांब्याची तार उभी बांधा. ही तार खिळ्यापर्यंत नेऊन तेथे वाकवून खाली बैठकीपर्यंत न्या व तिला वायरचा एक तुकडा जोडा. उपकरण बंद असताना आडवी पट्टी क्षितिज समांतर पातळीत स्थिर व्हावयास पाहिजे. एखादी बाजू थोडी जरी जड झाली तरी खाली गेली पाहिजे.

काटकोनात वाकवलेल्या पट्टीचे खालचे टोक वायरने सेलला जोडा. मधल्या पट्टीजवळील वायर बल्बला जोडा. बल्बचे दुसरे टोक सेलला जोडा. सेलपासून निघालेली वायर काटकोनाकृती पट्टीला जोडा.

बैठकीवर सलाइनची शिशी ठेवा. तिच्यात पाणी भरा. शिशीत सलाइनची नळी ठेवा व दुसऱ्या टोकातून हवा आत ओढा. नळीतून पाण्याची धार पडू लागेल. नळीला असणारी कळ दाबून पाणी थेंब-थेंब पडेल अशी व्यवस्था करा.

नळीतून थेंब-थेंब पाणी झाकणात पडेल अशी नळी बसवा. झाकणात पाच-सहा थेंब पाणी जमा झाले की, ती बाजू जड होईल व खाली जाईल. दुसरी बाजू वर जाताच पट्टीची तार काटकोनाकृती पट्टीला टेकेल व सर्किट पूर्ण झाल्यामुळे बल्ब प्रकाशित होईल. पण त्याच वेळी झाकण तिरपे झाल्याने त्यातील पाणी खाली पडेल. वजन कमी झाल्यामुळे ती बाजू वर येईल. दुसरी बाजू खाली येईल.

काटकोनाकृती पट्टी व तारेचा संपर्क तुटल्यामुळे बल्ब विझेल. पाणी पडण्याची क्रिया सारखी चालू असल्याने झाकणाची बाजू पुन्हा खाली जाईल. पुन्हा दिवा लागेल. ही क्रिया सारखी चालू राहिल्याने दिवा सारखा चालू बंद होत राहील.

४४ जिन्याचे वायरिंग

जिन्यातून वर जाताना बटण दाबले की, जिन्यातील दिवा लागतो व पायऱ्यांवर उजेड पडतो. वर गेल्यावर तेथील बटण दाबले की, दिवा बंद होतो. पुन्हा खाली

उतरताना वरचे बटण दाबले की, दिवा लागतो व खाली आल्यानंतर खालचे बटण दाबले की, दिवा बंद होतो. त्यामुळे विजेची बचत होते. अशा प्रकारचे वायरिंग छोट्या बल्बने व बॅटरीने आपणास मॉडेल म्हणून तयार करता येईल.

साहित्य :

एक जिना व पुठ्ठ्यापासून तयार केलेले दोन दरवाजे, दोन छोटी बटणे, एक बल्ब, एक बॅटरी, वायर.

कृती :

खालच्या बाजूला एक दरवाजा उभा करा. त्याच्यासमोर जिना तिरपा ठेवून पक्का करा. जिन्याच्या वरच्या बाजूला दुसरा दरवाजा बसवा. वरच्या दरवाज्याजवळ एक बटण बसवा. खालच्या दरवाज्याजवळ दुसरे बटण बसवा.

जिन्यावर उजेड पडेल अशा ठिकाणी छोटा बल्ब लावा. खालच्या दरवाजाजवळ बॅटरी किंवा सेल ठेवा.

विद्युत्मंडळ कसे जोडायचे ते पाहू –

बॅटरीच्या एका टोकापासून निघणारी वायर सरळ वरच्या बटणाच्या एका टोकाला जोडा व ही वायर बल्बच्या एका टोकाला जोडा. बल्बच्या दुसऱ्या टोकापासून निघालेली वायर खालच्या बटणाच्या एका टोकाला जोडा व बटणाचे दुसरे टोक बॅटरीला जोडा.

अशा प्रकारे विद्युत्मंडळ पूर्ण होते. दोन्ही बटणे चालू केली की, बल्ब लागतो. कोणतेही एक बटण बंद केले की, विद्युत्मंडळ खंडित होते व दिवा बंद होतो.

अशा प्रकारे आवश्यकता असेल तेव्हा जिन्यावर उजेड पाडता येतो व नको असेल त्या वेळी दिवा बंद करता येतो.

४५ उड्या मारणारी स्प्रिंग

तांब्याच्या तारेच्या वेटोळ्यातून विद्युत्प्रवाह वाहत असताना त्या वेटोळ्यात चुंबकीय गुणधर्म निर्माण होतो. विजातीय चुंबक-ध्रुव एकमेकांना आकर्षित करतात, हे दाखवणारे हे एक खेळणे आहे.

साहित्य :

६ व्होल्टची बॅटरी, तांब्याची तार, चिनीमातीची किंवा काचेची वाटी, लाकडी ठोकळा, जाड तार, मीठ, पाणी.

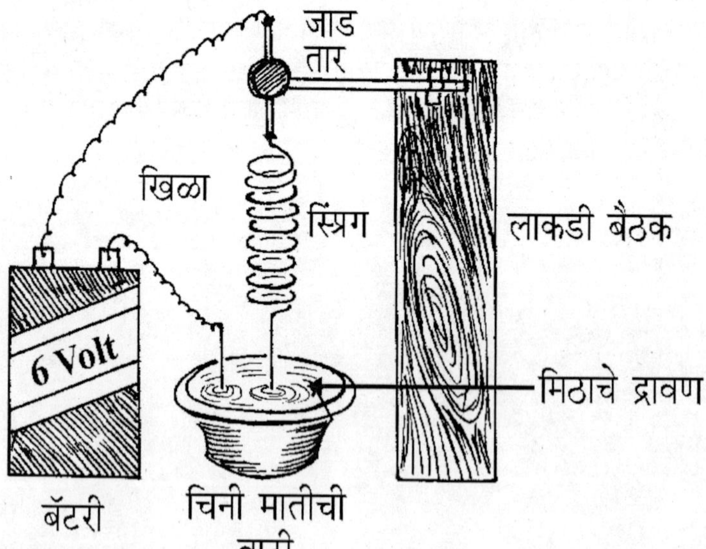

कृती :

तांब्याची तार घेऊन ती जाड नळीभोवती गुंडाळा. गुंडाळताना तारेचे वेढे एकावर एक न येता शेजारीशेजारी आले पाहिजेत. नळीवरून तारेचे वेढे अलगद काढून घ्या. तारेची स्प्रिंग तयार होईल. स्प्रिंगची दोन्ही टोके सरळ करून घ्या.

एका लाकडी ठोकळ्याला जाड तार आडवी बसवा. तारेचे एक टोक ठोकळ्याच्या बाहेर येऊ द्या. ह्या टोकाला स्प्रिंगचे एक टोक पक्के बांधा. स्प्रिंग उभ्या स्थितीत लोंबकळू लागेल.

एका चिनीमातीच्या वाटीत पाणी घ्या व त्यात मीठ घाला. काडीने पाणी ढवळून मीठ विरघळवा. पुन्हा मीठ घाला; पुन्हा हलवा. जोपर्यंत मीठ न विरघळता शिल्लक राहील तोपर्यंत मीठ घालत राहा.

ही वाटी लोंबकळणाऱ्या स्प्रिंगच्या खाली ठेवा. स्प्रिंगचे खालील टोक द्रावणात अगदी थोडेसे बुडाले पाहिजे. स्प्रिंग अगदी थोडी वर उचलली तर ती द्रावणाच्या बाहेर आली पाहिजे.

बॅटरीच्या वायरचे एक टोक लाकडी ठोकळ्याच्या जाड तारेला जोडा. बॅटरीचे दुसरे टोक वायरने एका खिळ्याला जोडा व खिळा वाटीतील द्रावणात बुडवा. अशा प्रकारे विद्युत्मंडळ पूर्ण झाल्याने वेटोळ्यातून विद्युत्प्रवाह वाहू लागेल व त्यात चुंबकत्व निर्माण होईल.

स्प्रिंगची दोन टोके विजातीय ध्रुव बनतात. त्यांच्यात आकर्षण निर्माण झाल्यामुळे स्प्रिंगचे खालील टोक वर उचलले जाते; पण द्रावणातून वर आल्याने विद्युत्प्रवाह खंडित होतो व स्प्रिंगचे टोक पुन्हा खाली येऊन द्रावणात बुडते. त्यामुळे विद्युत्मंडळ पूर्ण होऊन ते पुन्हा वर उचलले जाते. अशा प्रकारे स्प्रिंग सारखी आखूड-लांब होत उड्या मारत राहते.

४६ उड्या मारणारे मणी

घर्षणाने स्थिर विद्युत तयार होते व तिच्या साहाय्याने अनेक गमती करता येतात. लहान मुलांना असे प्रयोग दाखवून मनोरंजन तर होतेच, पण ज्ञानातसुद्धा भर पडते.

साहित्य :

टूथ ब्रश ठेवण्याचा प्लॅस्टिकचा डबा, वूलनचे कापड, थर्मोकोलचे रंगीत मणी (हे बाजारात विकत मिळतात).

कृती :

टूथ ब्रश ठेवण्याचा प्लॅस्टिकचा पारदर्शक डबा घ्या. ह्या डब्याचे झाकण

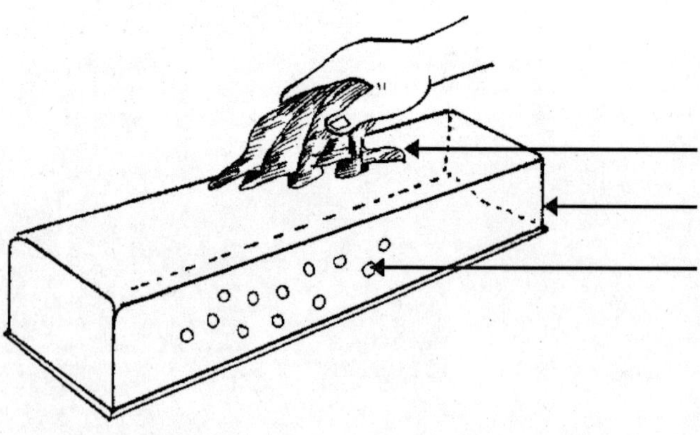

उघडून त्यात काही रंगीत थर्मोकोलच्या गोळ्या टाका. डब्याला झाकण लावा. हातात वूलनचे कापड घेऊन त्याने डबा या टोकापासून त्या टोकापर्यंत २० सेकंद जोराने घासा व गंमत पाहा.

डब्यात ठेवलेले थर्मोकोलचे रंगीत मणी उड्या मारून वरील बाजूला चिकटतील. थोड्या वेळाने खाली पडतील. पुन्हा उड्या मारतील. याप्रमाणे जोपर्यंत कापडाने घासणे चालू आहे, तोपर्यंत गोळ्या उड्या मारतच राहतील.

कापडाने घासल्यामुळे डब्यावर स्थिर विद्युत जागृत होते. त्यामुळे थर्मोकोलच्या गोळ्या वर येऊन चिकटतात. पण त्या वर टेकल्यामुळे त्यांच्यात विद्युत येते व सजातीय विद्युत एकमेकींना दूर लोटते. या नियमाने त्या खाली पडतात. खाली पडल्याने त्यांच्यातील विद्युत नाहीशी होते व त्या पुन्हा डब्याच्या झाकणाकडे ओढल्या जातात.

४७ पळणारी गाडी

एखाद्या वस्तूवर ज्या दिशेने क्रिया होते तेवढीच प्रतिक्रिया ती वस्तू उलट दिशेने करते, हे दाखवणारे असे हे खेळणे आहे.

साहित्य :

काही रिकाम्या आगपेट्या, छोटीछोटी सारख्या आकाराची चार चाके, एक छोटा पंखा, एक छोटी मोटार, दोन सेल.

कृती :

आगपेट्या एकमेकींना चिकटवून एक सपाट ओटा तयार करा. ह्या गाडीला चार चाके बसवा. चाके बसवल्यानंतर ती लोटली असता सहज ढकलली गेली पाहिजे. गाडीच्या वरच्या भागावर एक मोटार चिकटपट्टीने चिकटवून पक्की बसवा.

जाड कागदापासून चार पाकळ्यांचा एक पंखा तयार करा. ह्या पंख्याची पाती एका बाजूने किंचित वाकवून घ्या. हा पंखा मोटारीच्या कण्याला पक्का करा. गाडीच्या मागील बाजूवर दोन सेल उभे ठेवा. ते साखळी पद्धतीने जोडून घ्या. वायरची दोन टोके मोकळी ठेवा.

ही संपूर्ण गाडी उचलून गुळगुळीत टेबलावर ठेवा. मोटारीच्या दोन वायर सेलच्या दोन वायरला जोडा. मोटार फिरू लागेल व पंखासुद्धा फिरू लागेल. पंखा समोरच्या बाजूला हवा लोटू लागेल.

जसजसा पंख्याचा वेग वाढेल, तसतशी हवा समोरच्या बाजूला जास्त लोटू लागेल. ही झाली क्रिया. हिची प्रतिक्रिया म्हणून गाडी उलट दिशेने धावू लागेल. जोपर्यंत पंखा फिरणे चालू आहे, तोपर्यंत गाडी धावतच राहील.

यावरून क्रिया व प्रतिक्रिया समान असतात व त्या एकमेकींच्या विरुद्ध कार्य करतात, हे दाखवता येते.

इतर

४८ सूर्यफुलातील बिया काढणारे यंत्र

सूर्यफुलातील बिया अलग करण्यासाठी पुढीलप्रमाणे एक छोटेसे यंत्र घरच्या घरीच तयार करता येईल. याच्या साहाय्याने लहान मुलांनासुद्धा सुर्यफुलातून बिया काढणे सोपे जाईल.

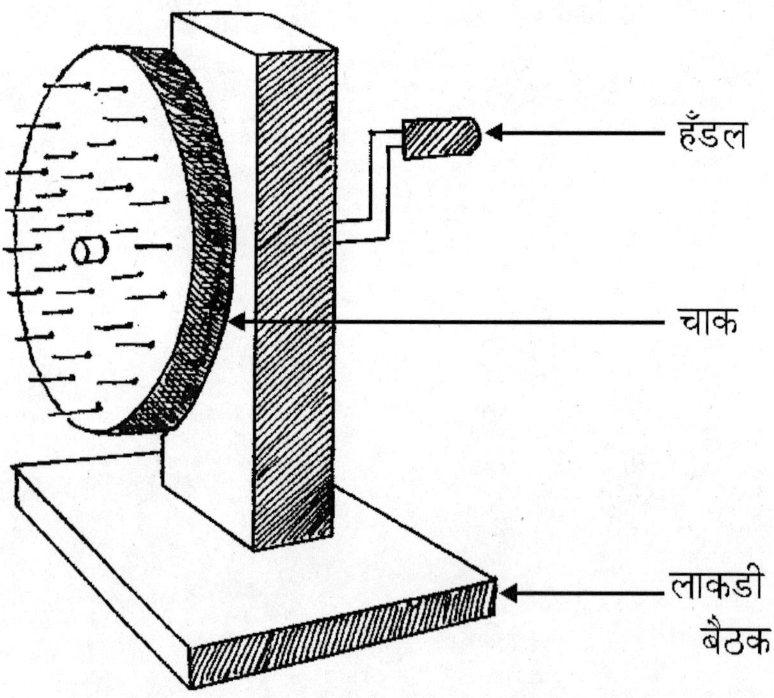

साहित्य :

पातळ लाकडापासून तयार केलेले गोल चाक, १ इंच लांबीचे लोखंडी खिळे, मोटारसायकलच्या चाकाचा स्पोक किंवा तसाच जाड, सरळ गजाचा तुकडा, लाकडी बैठक.

कृती :

एका लाकडी बैठकीवर लाकडी फळी उभी बसवा. उभ्या फळीच्या वरच्या बाजूला गज जाईल असे आरपार छिद्र पाडा. तारखिळ्यांची डोके काढून टाका. हे तारखिळे गोल लाकडी चाकावर जवळजवळ अंतरावर ठोका.

चाकाला मध्यबिंदूच्या ठिकाणी एक छिद्र पाडा. गजाला हँडलप्रमाणे आकार देऊन वाकवा. त्याची लांब बाजू उभ्या फळीच्या छिद्रातून आरपार घाला. ह्याच बाजूत चाक दाबून बसवायचे आहे. खिळे ठोकलेला भाग बाहेरच्या बाजूकडे ठेवून चाक गजात घट्ट बसवा. ते सैल राहावयास नको.

हँडलची मूठ फिरवली म्हणजे चाक गोलगोल फिरू लागते. चाकाच्या खाली एक रिकामे टोपले ठेवा. वाळलेले सूर्यफूल डाव्या हाताच्या तळव्यात धरून चाकाच्या खिळ्यावर दाबून धरा. उजव्या हाताने गजाचे हँडल फिरवा. बियांना घासतघासत खिळ्याचे चाक फिरते. त्यामुळे बिया सूर्यफुलापासून अलग होऊन खालच्या टोपल्यात जमा होतात.

छोट्याशा कामासाठी हे यंत्र चांगले उपयोगी आहे.

४९ दूर पळणारे मणी

एखादी वस्तू आपल्या अक्षाभोवती वर्तुळाकार गतीत फिरत असेल, तर त्या वस्तूवरील प्रत्येक कण अक्षापासून दूर, परिघाकडे जाण्याचा प्रयत्न करतो. ह्या दूर जाण्याच्या क्रियेला 'सेंट्रिफ्युगल फोर्स' असे म्हणतात. सेंट्रिफ्युगल फोर्स कसे काम करतो, हे दाखवणारे हे खेळणे आहे.

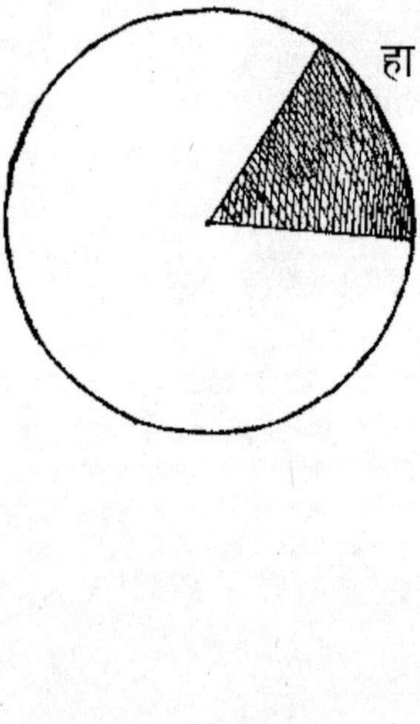

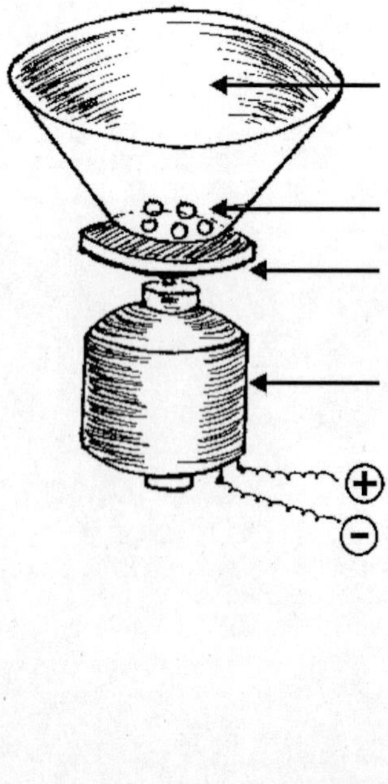

साहित्य :

दोन सेलवर फिरणारी छोटी मोटार, दोन सेल, रबरी बूच, जाड ड्रॉइंग पेपर, काही गोल मणी.

कृती :

जाड ड्रॉइंग पेपरवर ८ से.मी. व्यासाचे वर्तुळ काढा. त्याच्या मध्यबिंदूजवळ ६०° अंश कोन कापून अलग करा. वर्तुळाच्या ओ-ए आणि ओ-बी बाजू एकमेकींवर चिकटवा. त्यामुळे वर्तुळाचा आकार शंकूप्रमाणे तयार होईल.

छोट्या मोटारच्या फिरणाऱ्या कण्यावर एक रबरी बूच घट्ट दाबून बसवा. ह्या बूचावर कागदाचा शंकूचा आकार चिकटवा. प्लॅस्टिक किंवा काचेचे गोल मणी शंकूत टाका. ते शंकूच्या खोलगट तळात जाऊन बसतील.

मोटारच्या दोन वायरला दोन टॉर्च सेल जोडा. मोटार सुरू होईल व शंकू फिरू लागेल. शंकूबरोबर काचेचे मणीसुद्धा फिरू लागतील. शंकूचा वेग जसजसा वाढत जाईल, तसतसे मणी शंकूच्या मध्यापासून दूर जाऊ लागतील व परिघाकडे येऊ लागतील.

शंकूचा वेग जास्त असेल, तर ते शंकूच्या बाहेर फेकले जातील. ते बाहेर जाऊ नयेत म्हणून परिघाला कागदी पट्टीचा उभा काठ चिकटवा. त्यामुळे बाहेर उडणारा मणी काठाजवळ अडवला जाईल.

मोटार बंद केल्यानंतर फिरणारा शंकू थांबेल व सर्व मणी शंकूच्या मध्यभागी जमा होतील. मोटार पुन्हा सुरू केली, तर पुन्हा वर जातील. हीच क्रिया कितीही वेळा करता येईल. यावरून 'सेंट्रिफ्युगल फोर्स' कसे कार्य करतो, हे समजून येईल.

५० वनस्पती प्रकाशाकडे वळतात

झाडे, झुडपे, वनस्पती सूर्यप्रकाशात आपले अन्न तयार करतात. त्या अन्नावर वनस्पतींचे पोषण होते व त्यांची वाढ होते. म्हणून वनस्पती नेहमी प्रकाशाच्या शोधात असतात. एखाद्या वेळेस प्रकाश मिळवण्यात अडथळा झाला, तर तो मिळवण्यासाठी वेडीवाकडी वळणे घेत त्यांची वाढ सुरूच असते. हे दाखवण्यासाठी अगदी सोपा प्रयोग करून पाहू.

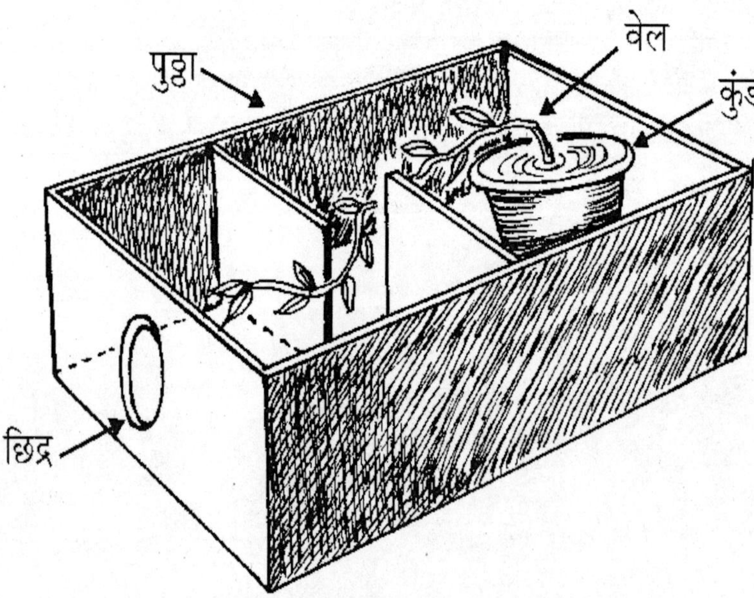

साहित्य :

पुठ्ठ्याचे एक लांबट चौकोनी खोके, लहानसा वेल असलेली छोटी कुंडी, पुठ्ठ्याचे दोन चौकोनी तुकडे.

कृती :

पुठ्ठ्याचे लांबट चौकोनी खोके घ्या. त्याच्या एका कोपऱ्यात वेल असलेली कुंडी ठेवा. आकृतीत दाखवल्याप्रमाणे कुंडीजवळ एक पुठ्ठा उभा ठेवून तो चिकटपट्टीने पक्का करा. त्यानंतर पुठ्ठ्याचा दुसरा तुकडा विरुद्ध बाजूने ठेवून तोसुद्धा पक्का करा.

खोक्याच्या समोरच्या बाजूला एक मोठे गोल भोक पाडा. खोक्याचे वरचे झाकण घट्ट बसवा. गोल भोकाशिवाय खोक्यात कोठूनही प्रकाश यावयास नको.

खिडकीतून येणाऱ्या प्रकाशाच्या दिशेने खोक्याचे भोक राहील, अशा रितीने खोके ठेवा. १०-१५ दिवस खोके असे ठेवल्यावर खोक्याचे झाकण उघडून पाहा. आतील वेल पुठ्ठ्यातून मार्ग काढीत गोल भोकाकडे आलेला दिसेल.

खोक्याच्या कोपऱ्यात वेलाला प्रकाश मिळत नव्हता. म्हणून तो वाढत असताना प्रकाशाची दिशा शोधतशोधत गोल भोकापर्यंत येऊन पोहोचला. जर आणखी काही दिवस त्याला तसेच ठेवले असते, तर तो भोकाच्या बाहेरसुद्धा आला असता.

यावरून असे सिद्ध होते की, वनस्पतीची वाढ नेहमी प्रकाशाच्या दिशेने होते.

विद्यार्थ्यांना विज्ञानातील रहस्यांचा शोध घेण्यास
प्रवृत्त करणारे वैज्ञानिक प्रयोग.

वाचनातून विज्ञान

डी.एस्. इटोकर

बुद्धिमान मनुष्य शास्त्रज्ञ कसा होतो,
याचे उत्तम गमक म्हणजे घटनांवर विचार करून, 'असे का?' 'असे का?' करता-करता विश्लेषणाचा एक एक पैलू खोदून शेवटापर्यंत जाणे. म्हणजे एक नेत्रदीपक अंतिम सिद्धांत तयार होतो. तो सिद्धांत या भूतलावर
'नोबेल पारितोषिक' मिळवून देतो.

प्रत्येक घटना घडण्याजोगे काही ना काहीतरी शास्त्रीय कारण असते.
ते जर माहीत नसले, 'तर ती घटना कशी घडली', याचे गूढ कायम राहते. ते जाणून घेण्याची जिज्ञासा उत्पन्न होते. ही जिज्ञासा काही अंशी पूर्ण व्हावी, म्हणून हा लेखनप्रपंच केला आहे.